CW01572319

ÓTRÚLEG ÓBAKAÐ
OSTAKÖKUMAÐRABÓK

100 ljúffengar ostakökuuppskriftir fyrir eftirréttunnendur, með ráðum og aðferðum til að lyfta ostakökuleiknum þínum og heilla gesti þína

Pétur Ívarsson

Höfundarréttarefni ©2023

Allur réttur áskilinn

Engan hluta þessarar bókar má nota eða senda á nokkurn hátt eða á nokkurn hátt án skriflegs samþykkis útgefanda og höfundarréttarhafa, nema stuttar tilvitnanir sem notaðar eru í umsögn. Þessi bók ætti ekki að koma í staðinn fyrir læknisfræðilega, lögfræðilega eða aðra faglega ráðgjöf.

EFNISYFIRLIT

EFNISYFIRLIT 3

KYNNING 7

BLÓMAÓSTAKAKA 8

1. No-Bake Rose ostakaka 9

2. No-Bake Hibiscus ostakökur 11

3. No-Bake Edible Flower Mini ostakökur 14

4. No-Bake Butterfly Pea Cheesecake............................ 17

5. No-Bake bláberja Lavender ostakaka 20

6. No-Bake Jasmine ostakaka 23

ÁVÍTAOSTAKÖKUR 25

7. No-Bake hindberja sítrónu ostakaka.......................... 26

8. No-Bake Lime ostakaka... 29

9. No-Bake Þreföld Berjaostakaka................................. 32

10. No-Bake Brómberjasúkkulaði ostakökubollar 34

11. No-Bake Apríkósu ostakaka 36

12. No-Bake jarðarberjaostakaka 38

13. No-Bake bláberjaostakaka...................................... 40

14. No-Bake Eplasaka 42

15. No-Bake Mango ostakaka 44

16. No Bake Banana Cream Cheesecake 46

17. No-Bake Vegan Berry ostakaka................................ 49

18. No-Bake hindberjaostakökutrufflur.......................... 51

19. No-Bake Banana Oreo ostakaka 53

20. No-Bake Passionfruit ostakaka................................ 56

HNETUÓSTAKAKA 59

21. No-Bake Appelsínu- og macadamíuostakaka 60

22. No-Bake möndluostkaka 63

23. No-Bake súkkulaði heslihnetu ostakaka 65

24. No-Bake möndlu- og bláberjaostakaka 67

25. No-Bake möndlumjöl ostakaka 69

VEGGIE OSTAKÖKUR 73

26. No-Bake Ube ostakaka 74

27. No-Bake Pumpkin Pie Cheesecake 77

28. No-Bake ostakaka með avókadó og lime 79

29. No-Bake Gingersnap Pumpkin Cheesecake 82

30. No-Bake Pumpkin Pie Cheesecake Tert 85

JURTAKÖKUR 88

31. No-Bake Basil, lime, og jarðarber ostakaka 89

32. No-Bake Matcha ostakaka 92

33. No-Bake sæt basil og sítrónu ostakaka 94

34. No-Bake Mint ostakaka 97

35. No-Bake Rosemary Honey Cheesecake 100

36. No-Bake Mint Nektarínu ostakökuterta 103

37. No-Bake engifer og kóríander ostakaka 106

Köku- OG nammi OSKÖKUR 109

38. No-Bake Toblerone ostakaka 110

39. No-Bake Cookie Crumble Cheesecake 112

40. No-Bake Oreo ostakaka 114

41. No-Bake Funfetti Oreo afmæliskaka ostakaka 116

42. No-Bake Coconut makrónu ostakaka 119

43. No-Bake Choc Chip Cannoli ostakaka 121

44. No-Bake Double Súkkulaði ostakaka 123

45. No-Bake Mokka ostakaka 127

46. No-Bake hnetusmjör ostakökusprengjur 130

SVITTAR OSTAKÖKUR 132

47. No-Bake Rum eggnog ostakaka 133

48. Nei Baka Margarita ostaköku 136

49. No-Bake Pina colada ostakaka 138

50. No-Bake Vodka Toffee eplasaka 140

BAKAÐAR OSTAKÖKUR 143

51. Jarðarberjaostakaka franskt brauð 144

52. Bláberjasítrónuostakökuhafrar 146

53. Jarðarberjaostakökupönnukökur 148

54. Frosin fíkjuostakaka 150

55. Vegan Berry ostakaka 153

56. Mangó ostakaka 155

57. Bláberjaostakaka 157

58. Trönuberjaappelsínu ostakaka 160

59. Sítrónubörkur ostakaka 162

60. Ananas ostakökur á hvolfi 164

61. Mandarínu ostakaka 167

62. Valhnetuostakaka 169

63. Macadamia & lime gras kaka 171

64. Bláberjaostakaka 174

65. Glútenlaus möndlumjöl ostakaka 176

66. Fluffy japansk ostakaka 180

67. Tvöföld súkkulaði Fudge ostakaka 182

68. Japansk ostakaka 185

69. Graskerostakaka 187

70. Pumpkin Patch ostakaka 189

71. Graskerbaka ostakökuskálar 192

72. Mini Monster ostakökur 195

73. Einstakar Key Lime ostakökur 197

74. Pappakassi Ofn ostakaka 200

75. Low-Carb key lime ostakökur 202

76. Kotasæla ostakaka 205

77. Óbakað graskersskorpa ostakaka 207

78. Engin baka blandaða berja yuzu ostakaka 209

79. Ostakakabollur 212

80. Custard Cup Ostakökubollur 214

81. Ostakökustangir 216

82. Graskerostakökustangir 218

83. Frosnar súkkulaði hnetusmjör ostakökusprengjur 220

84. Hindberjaostakökutrufflur 222

85. Smákökur & rjómaostakökubitar 224

86. Air Fryer ostakökubitar 226

87. Graskerterta ostakökuterta 228

88. Amaretto ostakökutertur 230

89. Ostakökuís 232

90. Ostakaka Sherbet 234

91. Ostakökuísuppskrift 236

92. Bláberjaostakökuís 238

93. Epla-ostaís 241

94. Kirsuberjaostakökuís 243

95. Reyktur lax ostakaka 245

96. Kjúklinga-chili ostakaka 247

97. Krabbakjötsostakökur með krabba 249

98. Daiquiri ostakaka 252

99. Pina colada ostakaka 254

100. Kahlua og rjómaostakaka 256

NIÐURSTAÐA 258

KYNNING

Ef þú ert ostakökuunnandi en vilt ekki eyða tímum í eldhúsinu við að baka, þá er Ótrúleg óbakað ostakökumaðrabók matreiðslubókin fullkomin fyrir þig. Með 100 ljúffengum og auðvelt að gera óbakaða ostakökuuppskriftir muntu aldrei verða uppiskroppa með hugmyndir að sætu meðlæti.

Allt frá klassískum bragðtegundum eins og súkkulaði og jarðarber til einstakri samsetninga eins og hnetusmjör og hlaup eða bláberja sítrónu, það er til uppskrift fyrir ostaköku fyrir hvern bragðlauka. Þú munt líka finna vegan og glútenlausa valkosti, svo allir geta dekrað við sig í rjómalöguðu góðgæti.

Til viðbótar við hefðbundnar ostakökur eru í matreiðslubókinni uppskriftir að ostakökustöngum, ostakökubitum og jafnvel ostakökuís. Það eru til uppskriftir fyrir öll tækifæri, hvort sem þú vilt heilla gesti í matarboði eða vilt einfaldlega dekra við sjálfan þig um letihelgi.

Hver uppskrift kemur með skref-fyrir-skref leiðbeiningum og fallegum myndum til að leiðbeina þér í gegnum ferlið. Þú munt líka finna gagnlegar ábendingar um skipti á innihaldsefnum og skreytingarhugmyndir til að taka ostakökuleikinn þinn á næsta stig.

Svo hvort sem þú ert byrjandi eða vanur bakari, þá hefur Ótrúleg óbakað ostakökumaðrabók matreiðslubókin eitthvað fyrir alla. Vertu tilbúinn til að dekra við hinn ríkulega og rjómalagaða heim óbakaðar ostakökur.

BLÓMAÓSTAKAKA

1. No-Bake Rose ostakaka

Gerir: 4 skammta

Hráefni

FYRIR KEXBASINN

- 50 gr Mariekex
- 20 g brætt smjör

FYRIR OSTAKökublönduna

- 150 g rjómaostur
- 75 g þeyttur rjómi
- 20 g flórsykur
- Rose Essence
- Pink Food Color nokkrir dropar

LEIÐBEININGAR

a) Myljið kexið, bætið bræddu smjöri út í og blandið þar til það hefur blandast saman.

b) Settu 5" ferningur kökuhring á framreiðsludisk, flyttu kexblönduna yfir og dreifðu því jafnt með skeið.

c) Þrýstu því vel niður. Kælið í 5-10 mínútur.

d) Blandið saman rjómaosti, flórsykri, rósaþykkni og bleikum matarlit í skál. Þeytið þar til rjómakennt.

e) Þeytið rjómann í annarri skál þar til mjúkir toppar myndast.

f) Færið þeytta rjómann yfir í lotur og blandið honum saman við rjómaostablönduna.

g) Þegar hráefnin eru vel samsett skaltu flytja rjómaostablönduna yfir í tilbúna kexbotninn.

h) Jafnaðu og sléttu toppinn.

i) Skreytið með rósablöðum og pistasíuhnetum.

j) Hyljið með matarfilmu og geymið í kæli yfir nótt.

k) Næsta dag skaltu fjarlægja kökuhringinn varlega, sneiða ostakökuna og bera fram.

2. No-Bake Hibiscus ostakökur

Gerir: 3 skammta

Hráefni
GRUNNI:
- 6 Digestive kex
- ⅛ bolli Bráðið smjör
- 1 tsk hunang

FYLLING:
- ¼ bolli mascarpone ostur
- ½ bolli þeyttur rjómi, þeyttur
- 1/ 4 bolli Þurrkuð Hibiscus blóm, þvegin
- 7 grömm af gelatíni, blómstrað
- ¼ bolli laxersykur

AÐ ÞJÓNA
- Hibiscus síróp
- Sækt hibiscus blóm

LEIÐBEININGAR

TIL AÐ GERÐA GRUND:

a) Myljið kex í hrærivél og bætið við eins miklu smjöri og þarf til að binda þau saman.

b) Bætið hunangi við það.

c) Þrýstið þessu í lítið bökunarform og kælið í 30 mínútur.

d) Látið nú gelatínið blómstra í köldu vatni í 10 mínútur og hitið í örbylgjuofni í nokkrar sekúndur og haldið til hliðar.

TIL AÐ GERA FYLLING:

e) Bætið mascarpone osti, þeyttum rjóma, þurrkuðum og muldum hibiscusblómum, blómstrandi gelatíni og laxersykri í skál.

f) Rjóma allt hráefnið.

g) Hellið því yfir kexbotninn og geymið í kæli í 3 klst.

SAMSETNING:

h) Berið fram hibiscus ostaköku með sírópi og sælgætisblómum.

3. No-Bake Edible Flower Mini ostakökur

Gerir: 18 litlar ostakökur

Hráefni

SKORPU

- 2 bollar graham cracker mola
- 5 matskeiðar ljós púðursykur
- 8 matskeiðar ósaltað smjör, brætt

FYLLING

- 16 aura rjómaostur, mildaður
- ⅔ bolli Extra fínn kornsykur
- 2 stór egg
- 1 tsk vanilluþykkni eða vanillubaunamauk
- ⅔ bolli sýrður rjómi

SKRETTIR

- Handfylli af ætum blómum, stilkar fjarlægðir, þvegnar og þurrkaðar
- 1 eggjahvíta
- 1 tsk kornsykur

LEIÐBEININGAR

a) Fyrir skorpuna skaltu hræra saman Graham cracker mola, púðursykri og bræddu smjöri. Þrýstu um 2 matskeiðar af mola í 18 pappírsklædda muffinsbolla.

b) Þeytið rjómaost á meðalhraða þar til hann er sléttur, skafið niður skálina eftir þörfum. Bætið sykri út í og þeytið þar til létt og ljóst.

c) Bætið eggjum og vanillu saman við og þeytið þar til rjómakennt.

d) Hrærið sýrðum rjóma saman við.

e) Skiptið ostakökufyllingunni jafnt í 18 muffinsbolla, setjið um 2 matskeiðar af fyllingu í hvern.

f) Settu æt blóm á pappírshandklæði. Penslið létt lag af eggjaþvotti yfir blóm, stráið síðan léttum sykri yfir og endurtakið.

g) Raðið 1-3 blómum ofan á hverja litla ostaköku.

h) Frystið í a.m.k. 2 klukkustundir þar til ostakökurnar virðast ekki lengur blautar, en miðjurnar sveiflast enn.

i) Áður en þær eru settar á borðið skaltu setja ostakökur inn í frysti í 15 mínútur.

j) Fjarlægðu og fjarlægðu strax pappírsfóðrið.

k) Setjið á framreiðsludisk eða einstaka eftirréttardiska og berið fram.

4. No-Bake Butterfly Pea ostakaka

Gerir: 6 skammta

Hráefni

- 1 tsk vanillu- eða möndluþykkni

OSTAKÖKUFYLLING

- 750 g Silken Tofu
- 4 g agar agar duft
- 170 g sykurlaust erythritol
- 1,5 tsk Butterfly Pea Powder

OSTAKökugrunnur

- ½ bolli Digestive kex
- 65 ml kókosolía, brætt

LEIÐBEININGAR

a) Til að gera ostakökubotninn, myljið meltingarkökurnar í matarpoka úr plasti með kökukefli.

b) Flyttu síðan smákökumolana í skál, helltu bræddri kókosolíu út í og blandaðu vel saman.

c) Færið kökublönduna yfir í ostakökuformið.

d) Þrýstu molunum þétt með bakinu á skeið niður í botninn til að þjappa þeim saman og búa til jafnt lag.

e) Kældu það síðan í ísskápnum í eina klukkustund eða frystu það í 30 mínútur þar til kökubotninn hefur stífnað og harðnað.

f) Á meðan skaltu skola og tæma silkitófúið til að fjarlægja saltvatnsvatnið.

g) Skerið tófúkubbinn í teninga, hellið þeim í matvinnsluvél og hrærið þar til slétt og rjómakennt.

h) Flyttu blandaða tófúinu í pott og helltu agarduftinu út í smá í einu til að koma í veg fyrir kekki, hrærið þar til það hefur blandast saman.

i) Hrærið síðan sykrinum eða erýtrítól sætuefninu út í til að fá lítið sykurmagn, fylgt eftir með möndlu- eða vanillukjarna ef þú ert að nota það.

j) Látið suðuna koma varlega í tófúblönduna og látið malla við lágan hita í 3 mínútur til að virkja agarinn.

k) Hrærið í blöndunni á meðan hún eldar til að koma í veg fyrir að hún festist við botninn á pönnunni og brenni.

l) Setjið því næst þriðjung af tófúkreminu yfir kaldan kexbotninn.

m) Bankaðu kökuforminu á borðplötuna til að fjarlægja loftbólur og jafnaðu tófúfyllinguna með spaða eða aftan á skeið.

n) Leysið fiðrildabaunaduftið upp í litlum tófúkremi í litlum bolla þar til þú hefur enga kekki.

o) Setjið síðan bláa ertablönduna inn í tvo þriðju hluta tófúkremsins sem eftir eru.

p) Hrærið vel þar til þú ert með einsleitt blátt ostakökukrem.

q) Hellið bláa tófúkreminu varlega yfir hvíta tófúlagið.

r) Bankaðu aftur kökuforminu á borðplötuna til að fjarlægja loftbólur og jafnaðu bláa tófúfyllinguna með spaða eða aftan á skeið.

s) Vefjið forminu inn með plastfilmu og kælið fiðrildabaunaostakökuna í 2-3 tíma eða þar til fyllingin er orðin stíf.

t) Settu formið á hátt glas, opnaðu eða losaðu kökuformshringinn og renndu honum varlega niður.

u) Þegar búið er að losa, flytjið fiðrildabaunaostakökuna yfir á disk, fjarlægið kökuformið og skreytið kökuna að vild.

5. No-Bake bláberja Lavender ostakaka

Gerir: 6 skammta

Hráefni

SKORPU

- 110 grömm glútenlausar grahams kex fínmuldar (um það bil 1 bolli)
- ½ tsk þurrkaðir ætir lavenderknappar grófmalaðir
- 4 matskeiðar smjör brætt

Bláberjaálegg

- 1½ bolli bláber
- ¼ bolli vatn
- 3 matskeiðar lífrænn rörsykur
- ½ tsk sítrónubörkur
- ¼ tsk vanilluþykkni
- klípa af salti
- ¾ teskeið þurrkaðir ætir lavenderknappar

OSTAKÖKUFYLLING

- ¾ bolli þungur rjómi kældur
- 8 aura af rjómaosti, við stofuhita
- 4 aura af geitaosti, við stofuhita
- ½ bolli lífrænn rörsykur
- 2 tsk sítrónubörkur
- 1 tsk vanilluþykkni
- ½ tsk þurrkaðir ætir lavenderknappar grófmalaðir

LEIÐBEININGAR

a) Setjið graham kex í matvinnsluvél. Vinnið þar til þau eru fín, sandáferð. Flyttu yfir í meðalstóra skál. Bætið við lavender, salti og smjöri. Blandið vel saman með gaffli til að blanda smjöri í alla molana. Settu hringlaga stykki af smjörpappír í botninn á springforminu þínu. Þrýstu mola með skeið og höndum, í botninn og aðeins minna en ½ upp á hliðarnar. Vertu viss um að þrýsta þétt. Sett í frysti.

b) Setjið 1 bolla af bláberjunum og vatninu í matvinnsluvél og blandið þar til þau eru skorin í litla bita. Tæmdu blönduna í lítinn pott. Bætið sykri, sítrónuberki, vanillu og salti saman við. Látið suðuna koma upp við meðalhita, hrærið stöðugt í.

c) Bætið hinum helmingnum af bláberjunum út í. Settu lavenderinn í margnota tepoka eða ostaklútpoka, lokaðu því og bættu við sósuna. Lækkið hitann og haltu áfram að hræra þar sem lavenderinn fer. Þegar sósan hefur þykknað, í um það bil 10 mínútur, takið hana af hellunni.

d) Haltu áfram að bratta lavenderinn í 15 til 20 mínútur í viðbót. Fjarlægðu síðan tepokann eða pokann. Látið sósuna kólna alveg.

e) Þeytið þungan rjómann í stórri skál með rafmagnshrærivél þar til mjúkir toppar myndast. Í annarri stórri skál, notaðu hrærivélina til að þeyta rjómaostinn, geitaostinn, sykur, sítrónubörk og lavender. Þegar blandan hefur blandast að fullu saman skaltu nota spaða til að blanda þeyttum rjómanum varlega saman við.

f) Takið skorpuna úr frystinum og hellið fyllingunni út í. Sléttið út með stórri skeið. Geymið í kæli í að minnsta kosti fjóra tíma best yfir nótt. Þegar það er tilbúið til framreiðslu, takið það úr kæli og sleppið úr springforminu.

g) Hellið ríflegu magni af bláberjasósu ofan á og skerið strax. Ostakaka endist í 4 daga í kæli.

6. No-Bake Jasmine ostakaka

Gerir: 6 skammta

Hráefni

- 1 kexbotn

FYRIR kremið:

- 400 grömm af labneh osti
- 1 bolli af jógúrt
- 2 matskeiðar af ristuðu möndlumjöli
- 1 teskeið af vanillu
- 1 glas af sykri

JASMIN TE:

- 2 msk jasmínte, þurrt heilt laufblað eða 4 tepokar með jasmíni
- 2½ bollar kælimjólk

LEIÐBEININGAR

JASMIN TE:

a) Hitið allt að 1 bolla af mjólk, takið hana af hellunni og setjið jasmínte út í.

b) Bíddu í 10 mínútur og kældu í um það bil 1 klukkustund til að kólna.

Rjómi:

c) Blandið saman rjómaosti og sykri í hrærivél.

d) Bætið 1½ bolla af kaldri mjólk og jasmínmjólkinni sem þú hefur útbúið út í. Blandið saman í 2 mínútur.

e) Bætið við jógúrt, vanillu og ristuðu möndlumjöli og þeytið í eina mínútu á lágum hraða.

f) Hellið kexinu á botninn og dreifið með skeið.

g) Látið standa í kæli yfir nótt.

AÐ ÞJÓNA:

h) Takið ostakökuna úr forminu og leggið varlega á framreiðsludisk.

i) Skreytið með jasmínblómum og berið fram með því að sneiða.

ÁVÍTAOSTAKÖKUR

7. No-Bake hindberja sítrónu ostakaka

Gerir: 6

Innihaldsefni: SKORPA:

- 1 ½ Graham mola
- 4 matskeiðar bráðið smjör

Sítrónu ostakökufylling:

- 16 aura rjómaostur, stofuhiti
- ½ bolli sýrður rjómi
- 1 matskeið mjólk
- 1 tsk vanilluþykkni
- 1 bolli hollur lífrænn duftformi
- sítrónubörkur
- 1 matskeið sítrónusafi

AÐ SETJA SAMSETNING

- 1 bolli hindberjasósa
- Wmjaðmakrem
- Sítrónubátur
- Hindber

LEIÐBEININGAR:

TIL AÐ GERÐA SKORPA:

a) Í skál, bætið graham mola með bræddu smjöri. Blandið vel saman og setjið til hliðar.

TIL AÐ GERA Sítrónu ostakökufyllinguna:

b) Í skál skaltu bæta við rjómaosti, sýrðum rjóma, mjólk og vanilluþykkni. Blandið á háu með handþeytara þar til slétt. Bætið flórsykri, sítrónuberki og sítrónusafa út í og blandið aftur. Skafið skálina niður og bætið svo í pípupoka.

SAMSETNING:

c) Í 4 aura mason krukku, bætið við 2-3 matskeiðum af graham skorpublöndunni og þjappið niður. Pípið síðan ostakökublönduna út í. Hristið krukkuna til að fletja út ostakökublönduna.

d) Bætið við skeið af hindberjasósu og toppið með þeyttum rjóma, sítrónubátum og hindberjum.

e) Njóttu!

8. No-Bake Lime ostakaka

Gerir: 8 skammta

Hráefni:

- ¾ bolli graham cracker mola
- 1 matskeið sykur
- 3 matskeiðar smjör, brætt

FYLLING:

- Tveir 8 aura pakkar af rjómaosti, mildaðir
- ¾ bolli sykur
- ¼ bolli sýrður rjómi
- 3 tsk rifinn lime börkur
- 1 matskeið lime safi
- 1 tsk vanilluþykkni
- 2 stór egg, stofuhita, létt þeytt
- Lime sneiðar og þeyttur rjómi

LEIÐBEININGAR:

a) Settu trivet innleggið og 1 bolla af vatni í 6-qt. rafmagns hraðsuðukatli. Smyrðu 6-tommu. springform; setjið á tvöfalda þykkt af þungum filmu.

b) Vefjið tryggilega utan um pönnuna.

c) Blandið saman kexmola og sykri í lítilli skál. Hrærið bræddu smjöri saman við. Þrýstið á botninn og upp hliðarnar á tilbúnu pönnunni. Sett í frysti.

d) Á meðan, í stórri skál, þeytið rjómaost og sykur þar til slétt. Þeytið sýrðan rjóma, lime-safa, limesafa og vanillu saman við.

e) Bæta við eggjum; þeytið á lágum hraða bara þar til blandað er saman.

f) Hellið í tilbúna pönnu. Hyljið pönnu með filmu.

g) Brjótið álpappír eftir endilöngu í þriðju og búðu til slingu. Notaðu slönguna til að lækka pönnuna niður á grindina.

h) Læstu lokinu; lokaðu þrýstiloftslokanum.

i) Stillið á háþrýstingseldið í 50 mínútur. Látið þrýstinginn losna náttúrulega í 10 mínútur; slepptu fljótt öllum þrýstingi sem eftir er. Notaðu álpappír til að fjarlægja springformið varlega. Látið standa í 10 mínútur.

j) Fjarlægðu álpappír af pönnunni. Kældu ostakökuna á grind í 1 klst.

k) Losaðu hliðina af pönnunni með hníf. Geymið í kæli yfir nótt, hyljið þegar það hefur kólnað. Til að bera fram skaltu fjarlægja brúnina af springforminu.

l) Skreytið með lime sneiðum og þeyttum rjóma.

9. No-Bake Triple Berry ostakaka

Gerir: 12 skammta

Hráefni:

- 1-½ bollar graham cracker mola
- ⅓ bolli pakkaður púðursykur
- ½ tsk malaður kanill
- ½ bolli smjör, brætt

FYLLING:

- Tveir 8 aura pakkar af rjómaosti, mildaðir
- ⅓ bolli sykur
- 2 tsk sítrónusafi
- 2 bollar þungur þeyttur rjómi

ÁFLAG:

- 2 bollar fersk jarðarber í sneiðum
- 1 bolli fersk bláber
- 1 bolli fersk hindber
- 2 matskeiðar sykur

LEIÐBEININGAR:

a) Blandið kexmola, púðursykri og kanil í litla skál; hrærið smjöri út í.

b) Þrýstið á botninn á ósmurðri 9 tommu springformi. Kælið í 30 mínútur.

c) Þeytið rjómaost, sykur og sítrónusafa í stóra skál þar til slétt er. Bætið rjóma smám saman við; þeytið þar til stífir toppar myndast. Flyttu yfir í tilbúna skorpu. Kælið í kæli og lokið yfir nótt.

d) Í skál, blandaðu berjum varlega með sykri. Látið standa þar til safi losnar úr berjunum, 15-30 mínútur.

e) Losaðu hlið ostakökunnar af pönnunni með hníf; fjarlægðu brúnina. Berið fram ostaköku með áleggi.

10. No-Bake Brómberjasúkkulaði ostakökubollar

Gerir: 6 skammta

Hráefni:

- 1½ bolli smákringlur
- 2 matskeiðar auk ⅓ bolli sykur, skipt
- 3 matskeiðar smjör, brætt
- 1 bolli þungur þeyttur rjómi
- 8 aura af rjómaosti, mildaður
- ½ bolli sælgætissykur
- 1 tsk vanilluþykkni
- ½ bolli hvítar bökunarflögur
- 1½ bolli fersk brómber
- Brómber til viðbótar

LEIÐBEININGAR:

a) Púlsaðu kringlur í matvinnsluvél þar til fínir molar myndast. Bætið 2 matskeiðum af kornsykri og bræddu smjöri saman við; púls bara þar til blandast saman. Skiptið blöndunni á 6 hálfpint niðursuðukrukkur eða eftirréttarrétti.

b) Fyrir ostakökulagið, þeytið rjóma þar til stífir toppar myndast. Í annarri skál, þeytið rjómaost, sælgætissykur og vanillu saman þar til slétt er. Brjótið 1-½ bolla af þeytta rjómanum saman við og bakið síðan franskar. Skeið yfir kringlublönduna. Kælið, þakið, þar til það er kalt, um 3 klukkustundir.

c) Á meðan, maukið 1-½ bolla brómber í hreinni matvinnsluvél með hinum ⅓ bolla sykri; taka í skál. Lokið og kælið berjablönduna og afganginn af þeyttum rjóma þar til hún er borin fram.

d) Til að bera fram, toppið með brómberjablöndu, fráteknum þeyttum rjóma og fleiri brómberjum.

11. No-Bake Apríkósu ostakaka

Gerir: 1 skammt

Hráefni:

- 17 aura apríkósuhelmingur, tæmd og safi frátekinn
- 1 umslag af gelatíni, óbragðbætt
- ⅓ bolli sykur
- 16 aura af rjómaosti
- 1 tsk vanilluþykkni
- 1 tertuskorpa, súkkulaðidiskur

LEIÐBEININGAR:

a) Í blandara eða matvinnsluvél, maukið 10 helminga apríkósu með fráteknu sírópi; hita að suðu.

b) Á meðan, í stórri skál, blandið óbragðbætt gelatíni saman við sykur; bætið heitum vökva út í og hrærið þar til gelatínið er alveg uppleyst í um það bil 5 mínútur.

c) Með rafmagnshrærivél, þeytið rjómaost og vanillu út í þar til slétt er; látið standa í 10 mínútur.

d) Hellið í tilbúna skorpu; kælið þar til það er stíft. Skreytið með afganginum af apríkósuhelmingum, sneiðum og, ef vill, þeyttum rjóma.

12. No-Bake jarðarberjaostakaka

Gerir: 1 skammt

Hráefni:

- 1 Graham cracker bökuskorpa
- 8 aura af rjómaosti, mildaður
- ⅓ bolli sykur
- 1 bolli sýrður rjómi
- 2 tsk Vanilla
- 8 aura af þeyttu áleggi, frosið
- Jarðarber, fersk til að skreyta

LEIÐBEININGAR:

a) Þeytið ostinn þar til hann er sléttur, blandið sykri smám saman út í.
b) Blandið sýrðum rjóma og vanillu saman við.
c) Blandið þeyttu áleggi saman við, blandið vel saman.
d) Skeið í skorpu. kælið þar til stíft, að minnsta kosti 4 klst.
e) Skreytið með ferskum jarðarberjum til skrauts.

13. No-Bake bláberja ostakaka

Gerir: 1 skammt

Hráefni:
- ½ bolli Sykur
- 2 matskeiðar maíssterkju
- ¾ bolli kalt vatn
- 1 pint fersk bláber
- 8 aura af rjómaosti
- 3 matskeiðar sælgætissykur
- 1 tsk Vanilla
- 1 graham cracker baka skorpu

LEIÐBEININGAR:
a) Blandið saman sykri og maíssterkju í meðalstórum potti. Hrærið í vatni þar til það er blandað.
b) Bætið við 1 bolla af bláberjum. Hrærið við meðalhita þar til blandan þykknar og kemur að suðu.
c) Lækkið hitann og látið malla í 2 mínútur, hrærið stöðugt í, þar til berin losa safinn.
d) Takið af hitanum og hrærið restinni af berjunum saman við. Kældu niður í stofuhita.
e) Þeytið ost, sælgætissykur og vanillu saman í skál þar til það hefur blandast vel saman. Dreifið yfir botninn á skorpunni. Hyljið með bláberjablöndu.
f) Geymið í kæli í 2 klukkustundir eða þar til það er vel kælt.

14. No-Bake Eplasaka

Gerir: 4 skammta

Hráefni:

- 6 matskeiðar óbragðbætt gelatín
- 1 bolli sjóðandi vatn
- 2 pund af rjómaosti
- 2 bollar sælgætissykur
- 1 bolli Þungur rjómi, létt þeyttur

KRUMLAGRUNDUR:

- 2 bollar Graham cracker mola
- 2 matskeiðar Sykur
- 2 rauð epli, kjarnhreinsuð, skorin í sneiðar og saxað
- ½ bolli Saxaðar valhnetur

LEIÐBEININGAR:

a) Smyrjið 12 tommu springform og klæddu botninn með vaxpappír. Leysið gelatínið upp í vatni í lítilli skál og látið það kólna.

b) Þeytið saman rjómaost og sælgætissykur þar til það er létt og ljóst. Bætið gelatíni út í og þeytið þar til það hefur blandast vel saman.

c) Blandið þungum þeyttum rjóma saman við og snúið blöndunni í tilbúna pönnu og kælið. Blandið saman graham cracker mola, sykri og smjöri.

d) Stráið blöndunni yfir kælda ostaköku. Þrýstið mola létt í yfirborðið.

e) Snúið ostakökunni við með krumluhliðinni niður og takið af pönnunni. Toppið með söxuðum eplum og valhnetum. Hellið karamellusósu ríkulega yfir. R

15. No-Bake Mango ostakaka

Gerir: 4 skammta

Hráefni:

- 150g Arnott's Marie kex
- 80 g smjör, brætt
- 2 pakkar af rjómaosti, við stofuhita
- ½ bolli flórsykur
- 300ml þykkur rjómi, þeyttur
- 1 matskeið gelatín
- ¼ bolli heitt vatn
- 4 mangó, afhýdd og skorin í sneiðar
- 2 matskeiðar lime safi
- 1 mangó, afhýtt og saxað, til að bera fram

LEIÐBEININGAR:

a) Vinnið kex í matvinnsluvél þar til það er fínt mulið. Bætið smjöri og pulsu til að blanda saman. Þrýstið yfir botninn á 20 cm springformi. Kælið í 15 mínútur eða þar til það er stíft.

b) Á meðan skaltu nota rafmagnshrærivél til að þeyta rjómaostinn og sykurinn í skál þar til það er slétt og rjómakennt. Blandið rjómanum saman við.

c) Þeytið gelatínið og heitt vatn í lítilli skál þar til matarlímið leysist upp. Hrærið ¼ bolla af rjómaostablöndunni út í gelatínblönduna, bætið svo við afganginn og blandið vel saman. Hellið helmingnum af rjómaostablöndunni yfir kexbotninn. Setjið helminginn af mangósneiðunum yfir, síðan rjómaostablönduna sem eftir er. Geymið í kæli yfir nótt eða þar til það er stíft.

d) Takið ostakökuna úr ísskápnum 15 mínútum áður en hún er borin fram. Til að búa til coulis, setjið mangóið og limesafann í blandara og hrærið þar til það er slétt.

e) Raðið afganginum af sneiðum mangóinu yfir ostakökuna og dreypið yfir coulisið.

16. Engin baka banana krem ostakaka

Gerir: 4 skammta

Hráefni:

FYRIR BÚÐINGINN:

- 3,4 aura Banana Cream Pudding blanda
- 1 ¾ bolli mjólk

FYRIR SKORPAN:

- 11 aura kassi Wafers smákökur
- ¾ bolli ósaltað smjör, brætt

FYRIR ostakökuna:

- Tveir 8 aura pakkar af rjómaosti, mildaðir
- ½ bolli kornsykur
- 2 matskeiðar þungur þeyttur rjómi
- 1 tsk vanilluþykkni

FYRIR ÁFLAÐIÐ:

- 12 aura Cool Whip, þiðnuð, skipt
- 3 stórir bananar, skornir í sneiðar
- 6 oblátur, muldar, til skrauts

LEIÐBEININGAR

FYRIR BÚÐINGINN:

a) Undirbúið búðinginn fyrst þannig að hún fái nokkrar mínútur til að kólna og þykkna áður en ostakakan er sett saman.

b) Þeytið búðingblönduna og mjólkina saman í lítilli skál þar til það er slétt. Kælið í 5 mínútur, þar til tilbúið til að setja saman.

FYRIR SKORPAN:

c) Smyrjið botninn á 9 tommu springformi létt með bökunarúða. Setja til hliðar.

d) Í matvinnsluvél, malið vanilludropurnar þar til þær eru fínar.

e) Bætið bræddu smjöri út í og blandið saman með gaffli.

f) Hellið skorpublöndunni í botninn á springforminu og þrýstið vel á til að mynda þykka skorpu! Setja til hliðar.

FYRIR ostakökuna:

g) Þeytið rjómaost með sykri í 3-4 mínútur þar til hann er létt og ljós. Bætið þeyttum rjóma og vanillu út í og þeytið í 2-3 mínútur til viðbótar, skafið niður hliðarnar á skálinni eftir þörfum.

a) Hellið ostakökufyllingu í tilbúna skorpu.

SAMSETNING:

a) Þegar þú hefur hellt ostakökufyllingunni á skorpuna þína skaltu bæta sneiðum bönunum þínum ofan á ostakökuna.

b) Taktu búðingsblönduna þína úr kæliskápnum og helltu því yfir sneiða bananana.

c) Toppaðu allt með 8 oz af þíddri Cool Whip.

d) Kælið alla kökuna í að minnsta kosti 3 klst.

e) Þegar þú ert tilbúinn til að bera fram skaltu nota 6 fráteknu kökurnar þínar og mylja þær. Stráið ofan á Cool Whip.

17. No-Bake Vegan Berry ostakaka

HRÁEFNI:

- Fjórir 8 aura pakkar af vegan rjómaosti
- 0,5 aura af agar agar + 1 bolli af heitu vatni
- 3 aura vegan sítrónugelló + 1 bolli af heitu vatni
- ¼ bolli af flórsykri
- oblátur
- Fersk jarðarber eða hindber
- Tveir 3 aura kassar af vegan jarðarberjahlaupi

LEIÐBEININGAR:

a) Leysið 2 pakka af agar og 1 bolla af sítrónugelló upp í bolla af heitu vatni.

b) Þegar osturinn er tilbúinn, þeytið hann í um það bil 2 mínútur, eða þar til hann er loftkenndur.

c) Agar Agar og hlaup ætti að bæta við smá í einu.

d) Blandið þar til allir kekkir eru horfnir. Bætið sykrinum út í og þeytið áfram þar til allt hefur blandast vel saman.

e) Settu vanilludúkur á botninn á springforminu. Fylltu pönnuna með rjómaostablöndunni. Geymið í kæli í að minnsta kosti 2 klst.

f) Gerðu jarðarberjahlaup með helmingi af vatni.

g) Látið kólna í nokkrar mínútur.

h) Setjið jarðarber ofan á ostablönduna sem hefur verið stíf. Geymið í kæli þar til hlaupið harðnar og hellið því síðan yfir jarðarberin.

18. [No-Bake hindberjaostakökutrufflur](#)

HRÁEFNI:

- 2 matskeiðar Heavy Cream
- 8 aura af rjómaosti, mildaður
- ½ bolli duftformi
- Klípa af sjávarsalti
- 1 tsk Vanillu Stevia
- 1 ½ tsk hindberjaþykkni
- 2-3 dropar af náttúrulegum rauðum matarlit
- ¼ bolli kókosolía, brætt
- 1 ½ bolli súkkulaðibitar, sykurlausar

LEIÐBEININGAR:

a) Til að byrja skaltu nota hrærivél til að blanda rjómaostinum og rjómaostinum vandlega saman þar til það er rjómakennt.

b) Blandið rjóma, hindberjaþykkni, stevíu, salti og matarlit saman í stóra blöndunarskál.

c) Vertu viss um að allt sé vel samsett.

d) Bætið kókosolíu út í og blandið á háu þar til allt hefur blandast vel saman.

e) Ekki gleyma að skafa niður hliðarnar á skálinni eins oft og þú þarft að klára. Leyfðu því að standa í kæli í eina klukkustund. Hellið deiginu í kökusköku sem er um ¼ tommu í þvermál og síðan á bökunarplötu sem hefur verið útbúin með bökunarpappír.

f) Frystu þessa blöndu í klukkutíma og húðaðu hana síðan með bræddu súkkulaði til að klára hana! Það ætti að setja í kæli í aðra klukkustund til að stífna áður en það er borið fram.

19. No-Bake Banana Oreo ostakaka

Gerir: 8

Hráefni

- 200 g Oreos
- 60 g ósaltað smjör
- 3 bananar skornir í sneiðar

ÁFLAG:

- 200 ml tvöfaldur rjómi
- 1 poki af Vege Gel
- 400 g rjómaostur
- 1 tsk vanilluþykkni
- 120 g flórsykur
- 50 g Oreos brotinn

SKREYTA

- 50 g Oreos til að skreyta brotinn

LEIÐBEININGAR

a) Klæðið 20 cm springform með bökunarpappír.

b) Settu 200 g af Oreos í 2 matarpoka úr plasti og möldu með kökukefli til að mynda mola.

c) Bræðið smjörið á pönnu við vægan hita og hrærið síðan Oreo molunum saman við.

d) Hellið molablöndunni í formið og fletjið jafnt út.

e) Dreifið bananasneiðunum yfir botninn.

f) Þeytið rjómann með þeytara þar til hann myndar mjúka toppa.

g) Búið til Vege hlaupið með því að stökkva því yfir 200 ml af köldu vatni og hræra það síðan að suðu á pönnu.

h) Setjið til hliðar til að kólna í 5 mín.

i) Setjið rjómaostinn, sykur og vanilludropa í skál og blandið vel saman og blandið svo rjómanum saman við.

j) Hellið grænmetishlaupinu út í og þeytið með stórum þeytara þar til það hefur blandast vel saman við.

k) Brjóttu inn brotnu Oreos.

l) Hellið blöndunni á kexbotninn og sléttið úr með spaða.

m) Kældu í ísskáp í að minnsta kosti 3 klukkustundir til að stífna.

n) Þegar það er sett skreytið ostakökuna með brotnum Oreos.

20. No-Bake Passionfruit ostakaka

Gerir: 12

Hráefni

FYRIR KEXBASINN

- 200 g engiferhnetukex aka gingersnaps
- 100 g smjör

FYRIR ostakökufyllinguna

- 400 g Fullfeiti Philadelphia rjómaostur
- 100 g púðursykur
- 2 gelatínblöð platínuflokkur, notaðu 3 fyrir stinnara sett
- 200 ml Tvöfalt krem
- 100 g grísk jógúrt
- 15 ml lime safi
- 2 tsk vanillubaunamauk
- 100 ml ástríðumauki

FYRIR ÁSTÆÐULÆTTUJELJUTOPPINN

- 100 ml ástríðumauki
- 100 ml ástríðukvoða
- 75 g púðursykur
- 2 gelatínblöð

LEIÐBEININGAR

KEXBASKI

a) Vinnið engiferkexin í matvinnsluvél þar til þau líkjast fínum brauðraspum.
b) Bræðið smjörið og hrærið saman við kexmolana.
c) Hellið þessari blöndu með skeið í botninn á bökunarforminu og þrýstið niður til jafns.

OSTAKÖKUFYLLING

a) Setjið 2 gelatínblöð í skál fyllta með köldu vatni. Látið standa í 5-19 mínútur þar til þær eru mjúkar.

b) Þeytið rjómaost og sykur saman þar til slétt er.

c) Bætið grísku jógúrtinni og vanillubaunamaukinu út í og blandið saman við.

d) Hitið næst ástríðumaukið og limesafann saman á pönnu þar til það er orðið heitt.

e) Hellið matarlímsblöðunum af vatninu, bætið á pönnuna og blandið þar til þau eru leyst upp.

f) Þeytið ávaxtasafa út í ostakökudeigið – fljótt fljótt þegar vökvanum er hellt út í til að forðast að hann byrji að harðna.

g) Bætið rjómanum út í og þeytið þar til það er nógu þykkt til að skeið standist í honum.

h) Setjið á kexbotninn með skeið og jafnið með bareflum hníf. Kældu í 3 klst.

ÁSTÆÐUÁVÆNISJELÚTOPPING

a) Setjið afganginn af 2 gelatínlaufunum í kalt vatn og látið mýkjast.

b) Setjið ástríðumaukið og ferskt ástríðumauk í litla pönnu ásamt sykrinum og hitið í um 60C/ 120F þar til sykurinn leysist upp.

c) Tæmið gelatínið, bætið á pönnuna og hrærið til að það leysist upp.

d) Látið kólna í um 40C/ 80F og hellið síðan yfir ostakökuna.

e) Setjið ostakökuna aftur í kæliskápinn í 3 klukkustundir til viðbótar.

HNETUÓSTAKAKA

21. No-Bake Appelsínu- og macadamíuostakaka

Gerir: 4 skammta

Hráefni
FYLLING

- 1 bolli appelsínusafi
- 1 bolli flórsykur
- 4 egg, aðskilin
- 2 appelsínur, fínt rifinn börkur
- 1 ½ matskeið gelatín
- ⅓ bolli nýsoðið vatn
- Tveir 8 aura pakkar af rjómaosti, við stofuhita
- 1 bolli þykkur rjómi, þeyttur

APPELÍNU- OG MAKADAMÍU OSTAKAKA

- ¾ bolli hveitikexi, brotin
- ¾ bolli macadamias, létt mulið
- ½ bolli smjör, brætt
- ¼ tsk malaður kanill
- appelsínubitar, til að bera fram

LEIÐBEININGAR
APPELÍNU- OG MAKADAMÍU OSTAKAKA

a) Smyrjið létt 28cm springform.
b) Setjið kex og helminginn af hnetunum í matvinnsluvél og vinnið þar til þau eru fín mulin. Bætið smjöri og kanil út í. Vinnið þar til sameinast.
c) Þrýstu blöndunni vel í botninn á tilbúnu pönnunni. Kælið í 15 mínútur, þar til það er stíft.
GERÐ FYLLING;

a) blandið saman safa, sykri, eggjarauðum og börk í hitaþolinni skál. Þeytið yfir pott með sjóðandi vatni í 4-5 mínútur þar til það er þykkt og froðukennt. Takið af hitanum.

b) Á meðan, í lítilli könnu, þeytið gelatíni hressilega út í vatnið með gaffli þar til það leysist upp. Kælið aðeins.

c) Í lítilli skál, með því að nota rafmagnshrærivél, þeytið rjómaost þar til slétt er. Blandið eggja- og gelatínblöndunum smám saman saman við. Flyttu blönduna yfir í stóra skál. Brjótið kremið í gegn.

d) Þeytið eggjahvítur í meðalstórri skál þar til mjúkir toppar myndast. Blandið saman við ostablönduna.

e) Hellið í tilbúna pönnu. Toppið með macadamias sem eftir er. Kældu í 3 klukkustundir eða yfir nótt. Berið fram toppað með appelsínubitum.

22. No-Bake möndlu ostakaka

Gerir: 4 skammta

Hráefni

FYRIR FYLLINGU:

- Þrír 8 aura pakkar af rjómaosti
- ½ bolli kornsykur
- 1 tsk möndluþykkni
- 1 bolli kaldur þungur rjómi, þeyttur

FYRIR SKORPAN:

- 1½ bolli mulið Graham kex
- 1 bolli malaðar möndlur
- ½ bolli kornsykur
- 6 matskeiðar ósaltað smjör, brætt

ÁFLYTTIR:

- sneiðar möndlur, ávextir, ber, súkkulaði o.fl.

LEIÐBEININGAR

a) Kremið rjómaostinn og sykurinn.

b) Notaðu hrærivél og þeytara til að þeyta þunga rjómann þar til hann er þykkur.

c) Blandið möndluþykkni og þeyttum rjóma út í rjómaostablönduna og setjið síðan til hliðar.

d) Í 9 eða 10 tommu springformi, blandaðu hráefninu fyrir skorpuna. Klappaðu niður á

e) botninn á pönnunni og frystið í 15 mínútur.

f) Dreifið ostakökufyllingunni yfir skorpuna og sléttið ofan á ostakökunni.

g) Geymið í kæli í 12 klukkustundir eða yfir nótt.

h) Frystið ostakökuna í 10-15 mínútur áður en hún er tekin af springforminu.

23. No-Bake súkkulaði heslihnetu ostakaka

Gerir: 10-12 skammta

Hráefni

- 140 g ósaltað smjör
- 10 aura meltingarkex, brotið í sundur
- 500 g rjómaostur, mildaður
- 85 g flórsykur
- 300ml tvöfaldur rjómi
- 1 tsk vanilluþykkni
- 15 heslihnetusúkkulaði
- 4 matskeiðar heslihnetusúkkulaðiálegg
- 25 g heslihnetur, gróft saxaðar

LEIÐBEININGAR

a) Gerið ostakökubotninn: bræðið smjörið á lítilli pönnu við meðalhita. Blandið kexinu í matvinnsluvél í fínan mola, bætið bræddu smjöri út í og blandið þar til það hefur blandast vel saman. Hellið í 23 cm springform og þrýstið þétt niður í botninn. Kældu á meðan þú gerir fyllinguna.

b) Þeytið rjómaostinn og flórsykurinn saman í skál til að mýkjast. Þeytið rjóma og vanillu í sérstakri skál þar til mjúkir toppar myndast og blandið þeim síðan saman við rjómaostinn. Hrærið í gegnum saxaða súkkulaðið. Hellið yfir kexbotninn og sléttið með sleif. Hyljið með matarfilmu og kælið yfir nótt.

c) Þegar það hefur stífnað skaltu setja súkkulaðiheslihnetuáleggið í pott og bræða við vægan hita í 3-4 mínútur þar til það verður rennt. látið kólna aðeins áður en því er dreift ofan á ostakökuna. Skreytið með afganginum af súkkulaðinu og smá söxuðum heslihnetum. Kældu þar til tilbúið til framreiðslu.

24. No-Bake möndlu- og bláberjaostakaka

Gerir: 1 ostaköku

HRÁEFNI:

SKORPU

- ½ bolli rifin kókos
- 1 bolli ristaðar möndlur
- 1 msk kókosolía, brætt
- 1 tsk vanilluþykkni

FYLLING

- 2 bollar kasjúhnetur, lagðar í bleyti í 12 klukkustundir, skolaðar og tæmdar
- 3 matskeiðar sítrónusafi við stofuhita
- ½ bolli hlynsíróp
- ½ bolli kókosolía, brætt
- 8 dropar af innrennsli olíu - bláberjabragð
- 2 bollar fersk bláber

LEIÐBEININGAR:

a) Klæðið 9 tommu hringlaga kökuform með smjörpappír.

b) Blandið skorpunni saman í matvinnsluvél og blandið í 1 mínútu.

c) Þrýstið skorpublöndunni á botninn á tilbúnu kökuforminu.

d) Glerjið skorpuna og setjið í frysti.

e) Blandið öllu hráefninu fyrir fyllinguna í blandara þar til það er slétt.

f) Takið frosnu skorpuna úr frystinum og setjið hana á bökunarplötu. Hellið ostakökufyllingunni ofan á.

g) Frystið ostakökuna 30 mínútum áður en hún er borin fram.

25. No-Bake möndlumjöl ostakaka

Gerir: Eina 7 tommu ostaköku

HRÁEFNI:
FYRIR SKORPAN

- 2 bollar glútenlaust möndlumjöl
- ¼ teskeið salt
- 1½ msk púðursykur
- ¼ bolli ósaltað smjör, brætt

FYRIR ostakökuna

- 1 pund rjómaostur, við stofuhita
- 2 matskeiðar maíssterkju
- ⅔ bolli kornsykur Klípa af salti
- ½ bolli sýrður rjómi, við stofuhita
- 2 tsk glútenfrítt vanilluþykkni
- ⅛ teskeið glútenfrítt möndluþykkni
- 2 stór egg, við stofuhita
- 1 bolli kalt vatn

LEIÐBEININGAR:
SKORPU

a) Spreyið botninn og hliðarnar á springformi létt með nonstick eldunarúða.

b) Klippið hring af smjörpappír í sömu stærð og botninn á springforminu þínu. Settu smjörpappírshringinn á botninn á pönnunni þinni og úðaðu létt með viðbótar nonstick úða. Setja til hliðar.

c) Blandið saman möndlumjöli, salti og púðursykri í lítilli skál. Bætið bræddu smjöri út í og hrærið með gaffli þar til það festist saman.

d) Hellið skorpublöndunni í tilbúna pönnuna. Dreifið með fingrunum og þrýstið varlega niður til að mynda jafnt lag. Settu pönnuna inn í frysti á meðan þú gerir ostakökudeigið.

OSTAKAKA

e) Í meðalstórri blöndunarskál, þeytið rjómaostinn með handþeytara á lágum hraða þar til hann er sléttur. Í lítilli blöndunarskál, blandaðu saman maíssterkju, kornsykri og salti. Bætið helmingnum af sykurblöndunni út í rjómaostinn og þeytið þar til það er rétt innlimað. Skafðu niður hliðar skálarinnar með spaða.

f) Bætið afganginum af sykurblöndunni út í og þeytið þar til það er rétt innlimað. Bætið sýrða rjómanum og vanillu- og möndluþykkni út í rjómaostablönduna. Þeytið þar til það kemur bara saman.

g) Bætið eggjunum út í, einu í einu, skafið skálina vel niður eftir hverja viðbót. Ekki ofblanda.

h) Takið skorpuna úr frystinum. Vefjið botninn á pönnunni þétt inn með álpappír til að koma í veg fyrir leka. Hellið rjómaostadeiginu yfir skorpuna. Bankaðu létt á borðplötuna til að fjarlægja loftbólur.

i) Hellið köldu vatni í innri pottinn á hraðsuðupottinum þínum. Setjið grind í pottinn. Notaðu álpappír til að setja ostakökupönnuna varlega ofan á borðið. Gakktu úr skugga um að pannan snerti ekki vatnið.

j) Lokaðu og læstu lokinu og vertu viss um að gufulosunarhnappurinn sé í þéttingarstöðu. Eldið við háþrýsting í 40 mínútur. Þegar því er lokið skaltu nota hraðlosunaraðferðina með því að snúa losunarhnappinum í loftræstingarstöðu og sleppa gufunni.

k) Þegar flotpinninn er fallinn skaltu opna lokið og opna það varlega. Þurrkaðu yfirborð ostakökunnar varlega með pappírshandklæði til að draga í sig þéttingu.

l) Fjarlægðu ostakökuna varlega og settu hana á grind til að kólna.

m) Þegar ostakakan er alveg kæld skaltu setja hana í kæli í 6 til 8 klukkustundir eða yfir nótt. Þegar þú ert tilbúinn til að bera fram skaltu taka ostakökuna úr kæli. Losaðu hliðarnar á springforminu og renndu þunnum hníf á milli bökunarpappírsins og skorpunnar og renndu síðan varlega á framreiðsludisk.

VEGGIE OSTAKÖKUR

26. No-Bake Ube ostakaka

Gerir: 12 sneiðar

Hráefni

ÁFYLLINGARHALDI

- 2 bollar vegan rjómaostur
- 1 bolli ube 250 grömm
- 1 bolli kókosrjómi
- ½ bolli hlynsíróp
- ½ matskeið vanillu
- ½ matskeið kanill

SKORPA innihaldsefni

- 2 bollar af pekanhnetum
- ¼ bolli kókossykur
- ¼ bolli kókosolía
- skvetta af vanillu
- klípa af salti

LEIÐBEININGAR

a) Byrjaðu á því að þvo og afhýða beina þína. Skerið það síðan gróft í smærri bita.

b) Setjið ubeina í sjóðandi vatn og sjóðið í 7-10 mínútur, þar til garnið er ofurmjúkt og auðvelt er að stinga gaffli í það.

c) Þegar Ube hefur soðið, maukið það upp með gaffli eða kartöflustöppu.

d) Mælið 250 grömm, sem jafngildir um 1 bolli.

e) Bætið ube, rjómaosti, kókosrjóma, hlynsírópi, vanillu og kanil í matvinnsluvél og blandið öllu hráefninu saman þar til það er mjög slétt.

f) Ég blandaði mínum í að minnsta kosti fimm mínútur á miklum hraða því mig langaði í ofur mjúka áferð.

g) Þegar ostakökufyllingin er orðin rjómalöguð og slétt skaltu setja hana til hliðar.

h) Bætið pekanhnetum, sykri, kókosolíu, vanillu og salti í hreina matvinnsluvél. Púlsaðu þær þar til þær hafa blandast vel saman.

i) Klæðið springform með smjörpappír og smyrjið það ríkulega með kókosolíu.

j) Flyttu skorpufyllinguna yfir á pönnuna. Hann er kannski svolítið mjúkur og rennandi, en það er allt í lagi því það harðnar í ísskápnum.

k) Notaðu skeið til að tryggja að það sé jafnt dreift á pönnuna.

l) Hellið nú ostakökufyllingunni ofan á skorpuna og notið skeið til að slétta út toppinn og búa til jafnt lag.

m) Kælið ostakökuna yfir nótt eða í 6 eða fleiri klukkustundir. Það mun þurfa þennan tíma til að harðna að fullu.

n) Þegar kakan er tilbúin skaltu skera hana í sneiðar og njóta!

27. No-Bake Pumpkin Pie Cheesecake

Gerir: 2 skammta

HRÁEFNI:

FYRIR SKORPAN

- ¾ bolli möndlumjöl
- ½ bolli hörfræmjöl
- ¼ bolli smjör
- 1 tsk graskersbökukrydd
- 25 dropar af Liquid Stevia

FYRIR FYLLINGU

- 6 aura af rjómaosti
- ⅓ bolli graskersmauk
- 2 matskeiðar sýrður rjómi
- ¼ bolli Heavy Cream
- 3 matskeiðar Smjör
- ¼ tsk Graskerbökukrydd
- 25 dropar af Liquid Stevia

LEIÐBEININGAR:

a) Blandið öllum þurrefnunum í skorpunni vandlega saman.

b) Blandið saman þurrefnunum með smjöri og fljótandi stevíu þar til deig myndast.

c) Settu deigið í mini tertuformin þín.

d) Blandið öllu fyllingarefninu með blandara og geymið í kæli.

e) Eftir um 5 klukkustundir, sneið, og toppið með þeyttum rjóma.

28. No-Bake ostakaka með avókadó og lime

Gerir: 4 skammta

Hráefni

FYRIR BASIN

- 8 aura af meltingarkexi
- 3 aura ósaltað smjör, brætt
- Börkur af ½ lime
- 1 tsk lime safi

FYRIR ostakökuna

- 10 aura rjómaostur
- 7 aura tvöfaldur rjómi til að blanda saman við avókadó
- 1 þroskað avókadó
- Safi og börkur úr 1 lime
- 1 bolli kornaður hvítur sykur
- 3,5 aura ósaltað smjör brætt
- 4 myntublöð
- Nokkur myntulauf og appelsínu/sítrónu/lime blóm til skrauts

LEIÐBEININGAR

BASE

a) Setjið digestive kexið í matvinnsluvél og blandið þar til þú hefur mola.

b) Bætið bræddu smjöri og limebörk og limesafa út í og blandið þar til allt er jafnhúðað.

c) Hellið blöndunni í glösin og þrýstið í jafnt lag með bakinu á skeið.

FYLLING

d) Bætið öllu hráefninu, nema bræddu smjöri, í matvinnsluvél.

e) Blandið vel saman í 3-4 mínútur eða þar til allt hráefnið hefur blandast saman.

f) Næst skaltu bæta smjörinu rólega út í blönduna á meðan þú heldur áfram að blanda á lágu.

g) Blandan á að mynda svolítið rennandi þykkt, ekki hafa áhyggjur, hún þykknar af sjálfu sér í ísskápnum.

h) Hellið blöndunni ofan á ostakökubotninn. Hellið beint ofan á glasið og notið síðan bakhlið hnífs til að „klippa" toppinn og gefur það fullkomlega sléttan topp.

i) Geymið í kæli í að minnsta kosti 2-3 klukkustundir áður en það er borið fram. Skreytið með nokkrum greinum af ferskri myntu, nokkrum kandísuðum lime eða sítrusblómum.

29. No-Bake Gingersnap grasker ostakaka

Gerir: 1 ostaköku

HRÁEFNI:

- 1 ½ bolli muldar engiferkökur
- 1 matskeið brætt smjör
- 16 aura af rjómaosti
- ½ bolli graskersmauk
- 1 matskeiðar hveiti
- ¼ bolli hlynsíróp
- ¼ bolli púðursykur
- 1 tsk graskerskrydd
- 2 egg

LEIÐBEININGAR:

a) Í skál blandið saman engifersnap og smjöri. Setja til hliðar.

b) Í færanlegri botn pönnu línu með smjörpappír. Hellið mulinni engiferblökublöndu á pönnuna og fletjið hana út með flatbotni. Sett í kæli til að stífna.

c) Í annarri skál blandið rjómaosti, graskersmauki, hveiti, hlynsírópi, púðursykri og graskerskryddi saman þar til það er slétt. Næst skaltu blanda eggi, einu í einu og hræra þar til það hefur blandast saman. Endið með spaða. Hellið í tilbúið kökuform og hyljið með filmu.

d) Í fjölpottinn, bætið 1 bolla af vatni og setjið ostakökupönnuna í borðið. Látið ofan í innri pottinn og lokaðu lokinu. Færðu þrýstimælirinn til að þétta og kveiktu á kökuaðgerðinni í 30 mínútur.

e) Þegar það er búið, slepptu því hratt og opnaðu lokið í nokkrar mínútur til að losa restina af gufunni. Slökktu á vélinni og lokaðu lokinu.

f) Látið það lækka náttúrulega í klukkutíma og fjarlægið ostakökuna. Setjið í kæli í að minnsta kosti 4-5 klukkustundir til að kólna. Njóttu!

30. No-Bake Pumpkin Pie Cheesecake Tert

Gerir: 1

HRÁEFNI:

SKORPAN

- ¾ bolli möndlumjöl
- ½ bolli hörfræmjöl
- ¼ bolli smjör
- 1 tsk graskersbökukrydd
- 25 dropar Liquid Stevia

FYLLINGIN

- 6 aura af vegan rjómaosti
- ⅓ bolli graskersmauk
- 2 matskeiðar sýrður rjómi
- ¼ bolli Vegan Heavy Cream
- 3 matskeiðar smjör
- ¼ teskeiðar Graskerbakakrydd
- 25 dropar Liquid Stevia

LEIÐBEININGAR:

a) Blandið saman öllum þurrefnunum í skorpunni og hrærið vel.

b) Blandið saman þurrefnunum með smjöri og fljótandi stevíu þar til deig myndast.

c) Fyrir litla tertuformin þín skaltu rúlla deiginu í litla kúlur.

d) Þrýstu deiginu að hliðinni á tertuforminu þar til það nær og fer upp með hliðunum.

e) Blandið öllum innihaldsefnum fyllingarinnar saman í blöndunarskál.

f) Blandið innihaldsefnunum í fyllinguna með því að nota blöndunartæki.

g) Þegar fyllingarefnin eru orðin slétt skaltu dreifa þeim í skorpuna og kæla.

h) Takið úr ísskápnum, skerið í sneiðar og toppið með þeyttum rjóma.

JURTAKÖKUR

31. No-Bake Basil, lime og jarðarber ostakaka

Gerir: 8 skammta

Hráefni
BASILÍKA, LIME OG JARÐARBERJAOSTAKA

- matarolíuúða
- ½ bolli skosk fingurkex
- ½ bolli smjör, brætt
- 3 tsk duftformað gelatín
- ¼ bolli heitt vatn
- 1½ bolli rjómaostur, mildaður
- ½ bolli flórsykur
- 1 msk fínt rifinn lime börkur
- 1½ bolli þykkt rjómi
- ½ bolli lime safi
- 2 matskeiðar fínt söxuð fersk basilíka
- 2 matskeiðar fersk barna basil lauf
- 2 matskeiðar vatn
- ½ bolli jarðarberjasulta
- 1 matskeið lime safi
- 8 fersk basilíkublöð
- 1 bolli jarðarber, helmingaður

LEIÐBEININGAR

a) Spreyið springform með olíu; klæða botninn með bökunarpappír.

b) Vinnið kex þar til það er fínt. Bæta við smjöri; vinna þar til sameinast.

c) Þrýstið blöndunni vel yfir botninn á pönnunni. Kælið í 30 mínútur.

d) Stráið gelatíni yfir heita vatnið í lítilli hitaþolinni könnu; setjið könnuna í litlum potti með sjóðandi vatni og hrærið þar til gelatínið leysist upp. Flott.

e) Í meðalstórri skál, þeytið rjómaost og sykur og börkur með rafmagnshrærivél þar til slétt. Bæta við rjóma; þeytið þar til slétt.

f) Bætið safa, kældu matarlímsblöndunni og fínt saxaðri basil; þeytið þar til blandast saman. Hellið fyllingu yfir kexbotninn. Þekja; kælið í um það bil 3 klukkustundir eða yfir nótt þar til stíft.

g) Rétt áður en hún er borin fram skaltu toppa ostakökuna með jarðarberjum og sírópi; stráið basilblöðum yfir.

h) Hrærið í litlum potti vatni, sultu, safa og basilíku við lágan hita þar til sultan bráðnar. Látið suðuna koma upp.

i) Fjarlægðu af hitanum; hrærið í jarðarberjum. Kaldur; fargaðu basil.

32. No-Bake Matcha ostakaka

Gerir: 8 skammta

Hráefni

- 1 bolli butternut snap kex
- ½ bolli brætt smjör
- 2 tsk malað engifer
- 1 bolli mildaður rjómaostur
- 1 bolli þykkt rjómi
- 1 matskeið sítrónusafi
- 1 tsk vanillubaunamauk
- 1 tsk matcha duft, auk 1 tsk aukalega
- 2 tsk gelatín
- ¼ bolli nýsoðið vatn
- 1 bolli brætt hvítt súkkulaði

LEIÐBEININGAR

a) Smyrjið og klæðið botninn og hliðarnar á 20 cm springformi.

b) Púlsaðu kex í matvinnsluvél í fína mola. Bætið smjöri og engifer út í og blandið vel saman. Þrýstið vel yfir botn formsins. Frystið í 10 mínútur.

c) Í meðalstórri skál með rafmagnshrærivél, þeytið rjómaost þar til slétt er. Þeytið rjóma út í, þeyttan að mjúkum toppum, sítrónusafa, vanillubaunamauki og 1 teskeið af matcha dufti þar til það er slétt.

d) Stráið gelatíni yfir soðið vatn og þeytið kröftuglega með gaffli til að leysa upp. Þeytið út í rjómaostablönduna, bætið síðan hvítu súkkulaði smám saman út í og þeytið saman.

e) Hellið rjóma-ostablöndu á pönnuna, geymið ⅓ bolla. Þeytið auka matcha duft í frátekna blönduna. Setjið stórar dúkkur yfir ostakökuna og hrærið varlega í gegn með smjörhníf. Kældu, þakið, í 4 klukkustundir eða yfir nótt. Berið fram rykað með auka matchadufti.

33. No-Bake sæt basil og sítrónu ostakaka

Gerir: 12 skammta

Hráefni

Sítrónuskorpu

- 2½ bollar vanillukökumola ¼ bolli ósaltað smjör, brætt
- 2 matskeiðar sítrónubörkur

FYLLING

- 1¼ bollar þungur þeyttur rjómi, kaldur
- Þrír 8 aura pakkar af rjómaosti, stofuhita
- ¾ bollar flórsykur
- 2 matskeiðar sítrónusafi
- 1 bolli pakkað basilíkulauf, þvegið og þurrkað
- klípa af salti
- lítil basilíkublöð til skrauts þvegin og þurrkuð

LEIÐBEININGAR

Sítrónuskorpu

a) Bætið kökunum í matvinnsluvél með hníffestingunni og blandið þar til þú hefur frekar fína mola.

b) Bætið molanum í stóra blöndunarskál og blandið bræddu smjöri og sítrónuberki saman við.

c) Hellið í 9 tommu springform og þrýstið því jafnt og þétt á botninn. Settu skorpuna inn í kæli á meðan þú gerir fyllinguna.

FYLLING

d) Notaðu rafmagnshrærivél eða hrærivél með þeytara til að þeyta rjómann í stífa toppa. Þetta mun taka um 2 mínútur. Setja til hliðar.

e) Bætið nú rjómaostinum og flórsykrinum í matvinnsluvélina með hníffestingunni. Blandið þar til það er alveg slétt. Bætið sítrónusafa, vanillu, basilíku og klípu af salti út í og blandið þar til basilíkan er græn. Notaðu gúmmíspaða til að bæta þessu í stóra blöndunarskál.

f) Blandið þeyttum rjómanum saman við ostablönduna þar til hann hefur blandast saman.

g) Takið skorpuna úr kæliskápnum og hellið fyllingunni í pönnuna. Sléttu toppinn og hyldu hann með plastfilmu. Geymið í kæli yfir nótt.

h) Notaðu hníf til að losa kældu ostakökuna af brúninni á springforminu og fjarlægðu síðan brúnina.

i) Skreytið með litlum basillaufum, sneiðið og berið fram.

34. No-Bake Mint ostakaka

Gerir: 4 skammta

Hráefni

MYNTUSÍRÓP

- 1½ bolli flórsykur
- 2½ bollar vatn
- myntulauf

KÖKUSKORPA

- 1 bolli súkkulaðikökur
- ½ bolli ósaltað smjör

OSTAKÖKUFYLLING

- 2 bollar rjómaostur
- 1 bolli ferskur þungur þeyttur rjómi
- ½ bolli myntu síróp
- 10 g gelatín
- ¼ bolli mjólk
- 1 súkkulaðistykki

LEIÐBEININGAR

a) Útbúið myntusírópið: þvoið myntulaufin og þurrkið þau. Myntan er hökkuð í matvinnsluvél ásamt helmingnum af sykrinum.

b) Sjóðið vatnið með sykri sem eftir er.

c) Bætið blöndunni af myntu og sykri út í sjóðandi vatnið og eldið í 6 mínútur.

d) Látið það kólna í 12 klukkustundir og síið með fínu sigti

e) Settu sírópið á flösku og geymdu það í ísskápnum

f) Undirbúið ostakökuskorpuna: Notaðu matvinnsluvél til að mala smákökurnar

g) Bræðið smjörið og hellið því á kexið, blandið saman með skeið.

h) Hellið kexkökublöndunni í springform og þrýstið henni í botninn og hliðarnar. Kældu bökubotninn í ísskápnum í 10 mínútur áður en þú fyllir hana.

i) Undirbúið fyllinguna: Hellið þungum þeyttum rjóma í skál og þeytið á miklum hraða. Geymið það í ísskápnum.

j) Blandið saman í skál rjómaostinum með myntusírópinu.

k) Leggið matarlímið í bleyti í köldu vatni í nokkrar mínútur.

l) Hitið smá mjólk og bætið kreista gelatíninu út í. Bætið þessari blöndu í skálina með rjómaosti og myntusírópi.

m) Bætið þeyttum rjóma út í deigið.

n) Dreifið fyllingunni í skorpuna og kælið í 2 klst.

o) Fjarlægðu brúnina af springforminu og diskaðu ostakökuna.

p) Skreytið með súkkulaðibitum og myntulaufum.

35. No-Bake Rosemary hunang ostakaka

Gerir: 8 skammta

Hráefni

- 400 g rjómaostur
- 10 aura tvöfaldur rjómi
- 150 g hunang
- ½ tsk vanillubaunamauk
- 2 greinar rósmarín
- 200 g digestive kex
- 50 g valhnetur
- 120 g ósaltað smjör

LEIÐBEININGAR

a) Saxið rósmarínið smátt.

b) Bætið helmingnum af rósmaríninu ásamt öllu smjörinu á pönnu og bræðið við lágan hita. Látið blandast á meðan þið útbúið afganginn af botninum.

c) Snúðu eða myldu meltingarkexið og valhneturnar í fínt duft.

d) Blandið kexinu og hnetubotninum saman við brædda rósmarínsmjörið til að mynda þykkt deig. Klæðið botninn á springforminu með bökunarpappír og hellið botninum í formið. Setjið í ísskáp og látið standa í 15-20 mínútur.

e) Á meðan þeytirðu tvöfalda rjómann þar til hann myndar stífa toppa og setjið til hliðar.

f) Þeytið rjómaostinn þar til hann er ljós og loftkenndur, hrærið síðan vanillu, afganginum af rósmaríninu og hunanginu saman við. Pískið aftur.

g) Blandið rjómaostablöndunni saman við tvöfalda rjómann með því að nota spaða.

h) Hellið blöndunni ofan á stilltan kexbotninn, jafnið hana af, hyljið með matarfilmu og setjið aftur inn í ísskáp. Látið standa í 1 klukkustund til að harðna.

i) Til að bera fram, ýttu botninum úr springforminu og renndu ostakökunni af botninum á disk eða fat.

36. No-Bake Mint Nektarínu ostakökuterta

Hráefni

- 1 eyri óbragðbætt gelatín
- 2 bollar kolsýrt sítrónu-lime gos, skipt
- ½ bolli sykur, skipt
- 1 bolli graham cracker mola
- ¼ bolli smjör, brætt
- 8 aura af rjómaosti, mildaður
- 1 tsk sítrónubörkur
- 1½ bollar þíðað þeytt álegg
- 1½ bolli blönduð fersk ber
- 1 nektarína, skorin í sneiðar
- fersk myntublöð

LEIÐBEININGAR

a) Stráið gelatíni yfir ½ bolla gos í lítilli skál. Látið suðuna koma upp af gosdrykknum í potti.

b) Bætið við matarlím ásamt 2 msk sykri; hrærið í 3 mín. þar til gelatínið er alveg uppleyst.

c) Hellið í 9 tommu fermetra pönnu úðað með matreiðsluúða.

d) Kælið í 45 mín. eða þar til það hefur þyknað aðeins, hrærið af og til.

e) Sameina graham mola, smjör og 2 matskeiðar af sykri sem eftir er; þrýstið á botninn á 9 tommu springformi. Geymið í kæli þar til það er tilbúið til notkunar.

f) Þeytið rjómaost, sítrónubörk og sykur sem eftir er í miðlungs skál með hrærivél þar til það er blandað saman.

g) Hrærið varlega í þeyttu áleggi; dreift yfir skorpuna.

h) Skreyttu toppinn á tertunni með ávöxtum og myntu til að líkjast blómum.
i) Hyljið með gelatínblöndu.
j) Geymið í kæli í 3 klukkustundir eða þar til það er stíft. Keyrðu hníf um brún pönnu til að losa tertuna; fjarlægðu brúnina á pönnunni áður en hún er borin fram.

37. No-Bake engifer og kóríander ostakaka

Gerir: 12 skammta

Hráefni:

ENGIFURSKORPA

- 25 engiferkex
- 2 tsk þurrkað kóríander
- 90 g ósaltað smjör

FYLLING

- 500 g feitur rjómaostur
- 300ml þungur rjómi
- 3,5 aura sykur
- 1 matskeið flórsykur
- 2 matskeiðar saxaður engifer
- 1 matskeið síróp úr stilk-engiferkrukkunni
- Lauf úr 30 g búnti af fersku kóríander
- 1 mangó
- 1 matskeið gelatín

TOPPING

- 1 mangó
- 1 matskeið gelatín
- Safi úr 1 lime

AÐ GERA SKORPAN

a) Byrjið á því að breyta kexinu í fína mola, annað hvort með matvinnsluvél eða með því að setja í plastpoka og mylja með kökukefli og þurrka kóríanderinn út í.

b) Bræðið smjörið og bætið út í kexblönduna. Blandið því vel saman og hellið því síðan í 9 tommu springformað kökuform. Notaðu bakhliðina á skeið og þrýstu blöndunni niður til að mynda jafnt pakkaðan botn.

c)   Færið í ísskáp til að stífna.

AÐ GERÐA FYLLINGU

d)   Maukið kjötið af 2 mangó í blandara. Setjið helminginn í ísskápinn til seinna.

e)   Leysið gelatínið upp í um það bil þriðjungi úr bolli af volgu vatni og látið það kólna.

f)   Saxið engiferið og ferskt kóríander mjög smátt og setjið til hliðar.

g)   Blandið saman rjómaostinum, sykri og flórsykri í stórri blöndunarskál með skeið til að blanda kröftuglega saman. Hrærið svo mangómaukinu og gelatíninu saman við.

h)   Þeytið rjómann í sérstakri skál þar til mjúkir toppar myndast. Hrærið þessu varlega saman við rjómaostablönduna. Blandið engiferinu og fersku kóríander varlega saman við þar til það er jafnt blandað saman við.

i)   Hellið blöndunni í formið ofan á kexbotninn og setjið í ísskáp. Látið kólna í að minnsta kosti 2 klukkustundir áður en áleggginu er bætt við.

AÐ GERÐA ÁLAGIÐ

j)   Bætið safanum af einni lime út í mangómaukið sem eftir er.

k)   Leysið 1 tsk gelatín upp í um 3 msk af volgu vatni og bætið við mangóblönduna og hrærið vel. Hellið áleggginu yfir og dreifið jafnt yfir með skeið.

l)   Settu kökuna aftur í ísskápinn. Leyfðu því að kólna í að minnsta kosti 3 klukkustundir í viðbót - en helst yfir nótt.

m) Taktu það varlega úr forminu og færðu það yfir á disk eða kökuborð.

Köku- OG nammi OSKÖKUR

38. No-Bake Toblerone ostakaka

Gerir: 8 skammta

Hráefni

- ½ bolli venjulegt súkkulaðikex
- ¼ bolli malaðar möndlur
- ½ bolli saltað smjör, brætt
- 2½ bollar Philadelphia rjómaostur, mildaður
- ½ bolli flórsykur
- 1 bolli Toblerone súkkulaði, brætt
- ½ bolli þykkt rjómi
- 1 bolli Toblerone súkkulaði, aukalega, rifið

LEIÐBEININGAR

a) Vinnið kex í matvinnsluvél þar til þau líkjast fínum brauðrasp. Bætið við möndlum og smjöri. Vinnið í 10 sekúndur til viðbótar til að sameina. Þrýstið kexmola í botninn á léttsmurðu 20 cm springformi. Kælið í 20 mínútur.

b) Á meðan, notaðu rafmagnshrærivél, þeytið rjómaost og sykur þar til það er slétt. Bætið bræddu súkkulaði og rjóma út í. Blandið þar til það hefur blandast vel saman.

c) Hellið blöndunni yfir molabotninn og jafnið toppinn með spaða. Geymið í kæli í 3 klukkustundir eða yfir nótt. Til að bera fram, toppaðu ostakökuna með rifnu súkkulaði.

39. No-Bake Cookie Crumble Cheesecake

Gerir: 10 skammta

Hráefni:

- 1 Umslag af venjulegu gelatíni
- ¼ bolli Köld mjólk
- 1 bolli Mjólk, hituð að suðu
- 2 pakkar af rjómaosti, 8 aura hver
- ½ bolli Sykur
- 1 tsk vanilluþykkni eða bragðefni
- ½ bolli Mini-súkkulaðiflögur
- 1 Djúpréttur Graham cracker Crust
- 1 bolli af uppáhalds kökunum þínum, gróft muldar

LEIÐBEININGAR:

a) Í blandara, stökkva gelatíni yfir kalt mjólk; látið standa í 2 mín. Bætið heitri mjólk út í og vinnið við lágan hita þar til hún er leyst upp, um 2 mín.

b) Bætið við rjómaosti, sykri og vanillu og vinnið þar til blandað. Raðið súkkulaði í botninn á skorpunni.

c) Hellið gelatínblöndunni út í; stráið muldum smákökum yfir. Kældu þar til það er stíft, um það bil 2 klst.

40. No-Bake Oreo ostakaka

Gerir: 16 skammta

Hráefni

- 19,1 oz pakki OREO smákökur, skipt
- 6 matskeiðar smjör, brætt
- Fjórir 8 oz pakkar af rjómaosti, mildaður
- ¾ bolli sykur
- 1 tsk vanillu
- 8 oz pottur Cool Whip Whipped Topping, þíða

LEIÐBEININGAR:

a) Settu um 15 af kökunum í lítra stærð Ziploc poka. Myljið kökurnar með kökukefli. Þú ættir samt að eiga fína bita.

b) Setjið afganginn af kökunum í matvinnsluvél þar til þær eru orðnar fínt muldar. Blandið saman við smjör.

c) Settu fínmuldar smákökurnar á botninn á 13×9 tommu pönnu. Þrýstu þeim jafnt út til að mynda skorpuna. Geymið í kæli.

d) Næst skaltu blanda rjómaostinum, sykri og vanillu saman í hrærivél eða með handþeytara. Blandið þar til það er vel blandað.

e) Hrærið þeyttu áleggi og söxuðum smákökum varlega saman við. Hellið deiginu yfir skorpuna og dreifið jafnt yfir. Þekja.

f) Geymið í kæli í 4 klukkustundir eða þar til það er stíft.

41. No-Bake Funfetti Oreo afmæliskaka ostakaka

Gerir: 12-14

Hráefni

SKORPU

- 25 Gullafmæliskaka Oreos
- 2-3 matskeiðar stráið yfir
- ¼ bolli smjör, brætt

FYLLING

- 24 oz rjómaostur, stofuhita
- ½ bolli sykur
- 1 tsk vanilluþykkni
- 1 bolli Funfetti kökublöndu, ristað
- 2 matskeiðar mjólk
- 8 oz flott svipa
- 1 ½ bolli Gullafmæliskaka Oreo mola
- 7–10 Gullafmæliskaka Oreo, saxað
- 6 matskeiðar stráið yfir

ÞEYTUR RJÓMÁLAG

- ¾ bolli þungur þeyttur rjómi, kaldur
- 6 matskeiðar flórsykur
- ½ tsk vanilluþykkni
- Gullafmæliskaka Oreo mola, valfrjálst
- Gullafmæliskaka Oreos, skorin í tvennt

LEIÐBEININGAR

a) Til að búa til skorpuna skaltu bæta Oreos og stráinu í matvinnsluvél.

b) Púlsaðu þar til þær mynda mola.

c) Blandið saman Oreo molunum og stráinu með bræddu smjöri og hrærið saman þar til það hefur blandast vel saman.

d) Þrýstu molunum í botninn og hálfa leið upp á hliðarnar á 9 tommu springformi. Setjið í kæli til að stífna.

e) Til að búa til fyllinguna skaltu blanda rjómaostinum og sykrinum saman í stórri skál með hrærivél þar til slétt og vel blandað saman.

f) Bætið vanilluþykkni, kökublöndu og mjólk út í og blandið þar til það hefur blandast vel saman.

g) Bætið Cool Whip saman við.

h) Bætið Oreo molunum, söxuðum Oreos og strái saman við og hrærið varlega þar til það hefur blandast vel saman.

i) Dreifið fyllingunni jafnt í skorpuna og sléttið toppinn. Setjið í kæli þar til það er stíft, 4-5 klst.

j) Takið ostakökuna af pönnunni.

k) Til að búa til þeytta rjómaáleggið skaltu bæta þungum rjóma, flórsykri og vanilluþykkni í stóra skál. Þeytið á miklum hraða þar til stífir toppar myndast.

l) Snúðu þeyttum rjóma um toppinn á ostakökunni. Setjið fleiri Oreo mola og Oreo helminga ofan á, ef vill.

m) Geymið í kæli þar til tilbúið er til framreiðslu.

42. No-Bake Coconut makrónu ostakaka

Gerir: 8 skammta

Hráefni

- ½ bolli af venjulegu sætu kex
- ½ bolli kókosmakrónur
- ½ bolli smjör, brætt
- 2 tsk gelatín
- 1 matskeið vatn
- 8 aura pakki af rjómaosti, mildaður
- ¼ bolli flórsykur
- 1 bolli kókosrjómi
- 1 tsk fínt rifinn limebörkur
- 1 ½ msk lime safi

LEIÐBEININGAR:

a) Vinnið kex þar til það er fínt; bætið smjöri út í og vinnið þar til það hefur blandast saman. Þrýstið blöndunni jafnt yfir botninn og hliðarnar á 11cm x 34cm ferhyrndu riflaga lausbotna móformi. Setjið formið á bakka og frystið á meðan þið búið til fyllinguna.

b) Á meðan er gelatíni stráð yfir vatnið í lítilli hitaþolinni könnu; setjið könnuna í litlum potti með sjóðandi vatni. Hrærið þar til gelatínið leysist upp; kælt í 5 mínútur.

c) Þeytið rjómaostur og flórsykur í lítilli skál með hrærivél þar til það er slétt. Bætið við kókosrjóma, börki og safa; þeytið þar til slétt. Hrærið gelatínblöndunni saman við.

d) Hellið blöndunni í molaskorpuna. Þekja; geymið í kæli í um 3 klukkustundir eða þar til stíft.

43. No-Bake Choc Chip Cannoli ostakaka

Gerir: 8 skammta

Hráefni:

- 4 aura cannoli skeljar
- ½ bolli sykur
- ½ bolli graham cracker mola
- ⅓ bolli smjör, brætt

FYLLING:

- Tveir 8 aura pakkar af rjómaosti, mildaðir
- 1 bolli sælgætissykur
- ½ tsk rifinn appelsínubörkur
- ¼ tsk malaður kanill
- ¾ bolli undanrennan ricotta ostur
- 1 tsk vanilluþykkni
- ½ tsk rommþykkni
- ½ bolli hálfsætar súkkulaðiflögur
- Saxaðar pistasíuhnetur, valfrjálst

LEIÐBEININGAR:

a) Púlsaðu cannoli-skeljar í matvinnsluvél þar til grófir molar myndast. Bætið við sykri, kexmola og bræddu smjöri; púls bara þar til blandast saman. Ýttu á botninn og upphliðina á smurðri 9 tommu. tertudiskur. Kælið þar til það er stíft, um 1 klst.

b) Þeytið fyrstu 4 fyllingarefnin þar til þau hafa blandast saman. Þeytið ricotta ost og útdrætti út í. Hrærið súkkulaðibitum saman við. Dreifið í skorpu.

c) Kælið, þakið, þar til það hefur setið, um 4 klukkustundir. Ef vill, toppið með pistasíuhnetum.

44. No-Bake tvöföld súkkulaði ostakaka

Gerir: 8 sneiðar

HRÁEFNI:

FYRIR SKORPAN

- 6,1 únsa kassi af glútenlausum súkkulaðikökum
- 1 matskeið kornsykur
- ¼ teskeið salt
- 2 matskeiðar ósaltað smjör, brætt

FYRIR ostakökuna

- 1¼ bollar hálfsætar súkkulaðiflögur
- 1 pund rjómaostur, við stofuhita
- ¾ bolli kornsykur
- 3 stór egg, við stofuhita
- ¼ bolli sýrður rjómi
- 2 tsk glútenfrítt vanilluþykkni
- 1½ bolli vatn
- Sælgætissykur, til að rykhreinsa

LEIÐBEININGAR:

SKORPU

a) Spreyið springform með nonstick eldunarúða. Skerið smjörpappírshring í sömu stærð og botninn á pönnunni og setjið hann í pönnuna. Sprautaðu á pergamentið. Setja til hliðar.

b) Settu kökurnar í skál matvinnsluvélar og blandaðu þar til þær líkjast grófum sandi. Hellið smákökumylsnunni í meðalstóra skál og bætið sykri og salti út í. Hrærið til að blanda saman. Bætið bræddu smjöri út í og hrærið þar til blandan festist saman.

c) Þrýstið molunum varlega jafnt á botninn á tilbúnu pönnunni. Notaðu fingurna eða flatbotna gler til að hjálpa til við að þrýsta skorpunni á sinn stað. Settu skorpuna inn í frysti á meðan þú gerir fyllinguna.

OSTAKAKA

d) Í miðlungs örbylgjuþolinni skál, bræðið súkkulaðibitana á miklum krafti, hrærið á 30 sekúndna fresti, þar til þær eru sléttar og alveg bráðnar. Látið kólna aðeins.

e) Í skálinni með hrærivél, þeytið rjómaostinn þar til hann er sléttur. Bætið ¾ bolla af kornsykri út í og haltu áfram að þeyta. Bætið eggjunum út í, einu í einu, þeytið í 1 mínútu og skafið niður hliðar skálarinnar eftir hverja viðbót. Þeytið sýrða rjómann og vanilluna út í þar til það hefur blandast að fullu saman.

f) Með hrærivélinni á lágum hraða, bætið rólega kældu bræddu súkkulaðinu út í. Blandið alveg saman við.

g) Hellið fyllingunni í tilbúna skorpu. Bankaðu á fatið á borðið til að fjarlægja loftbólur.

h) Settu grind í botninn á innri pottinum á hraðsuðupottinum og bættu vatninu við.

i) Vefjið botninum á springforminu þétt inn í álpappír. Sprautaðu álpappír létt með nonstick matreiðsluúða og settu það yfir ostakökuna. Notaðu álpappír til að lækka pottinn niður á grindina.

j) Lokaðu og læstu lokinu og vertu viss um að gufulosunarhnappurinn sé í þéttingarstöðu. Eldið við háþrýsting í 56 mínútur. Þegar því er lokið skaltu nota hraðsleppingu með því að snúa losunarhnappinum í útblástursstöðu og sleppa allri gufunni. Þegar flotpinninn fellur skaltu opna lokið og opna það varlega. Ýttu á Hætta við.

k) Notaðu álpappírinn og færðu ostakökuna varlega á vírkæligrindi. Eftir 1 klukkustund skaltu fjarlægja álpappírinn og renna þunnum hníf um brúnir ostakökunnar til að losa hana af pönnunni.

l) Hyljið með plastfilmu og setjið í kæli í að minnsta kosti 8 klukkustundir eða yfir nótt, þar til það er alveg stíft.

m) Skerið í 8 sneiðar og berið fram með sælgætissykri yfir.

45. No-Bake Mokka ostakaka

Gerir: 12 sneiðar

Hráefni

KEXBASKI

- 300 g meltingarefni
- 150 g ósaltað smjör
- 25 g kakóduft

OSTAKÖKUFYLLING

- 150 g mjólkursúkkulaði
- 2 tsk búðarkaffi
- 500 g feitur rjómaostur
- 100 g flórsykur
- 1 tsk vanilluþykkni
- 300 ml tvöfaldur rjómi

SKREIT

- 100 g mjólkursúkkulaði
- 150 ml tvöfaldur rjómi
- 2 matskeiðar flórsykur
- 1 tsk búðarkaffi
- Strák

LEIÐBEININGAR
FYRIR KEXBASINN

a) Þeytið meltinguna í matvinnsluvél með kakóduftinu þar til það er fínn moli.

b) Blandið kexinu saman við brædda smjörið og þrýstið niður í botninn á 8"/20cm djúpu springformi og geymið í kæli á meðan þið útbúið fyllinguna!

FYRIR FYLLINGU

c) Bræðið mjólkursúkkulaðið varlega og látið kólna aðeins til hliðar.

d) Notaðu rafmagnshrærivél, þeytið saman rjómaost, vanillu og flórsykur þar til það er slétt.

e) Bætið rjómanum saman við og þeytið saman þar til hann heldur sér.

f) Skiptið blöndunum í tvær skálar. Bættu bræddu mjólkursúkkulaðinu út í helminginn og blandaðu því saman. Í hinni, bætið tjaldkaffinu út í og blandið þar til það er líka blandað saman.

g) Þegar blandað er, doppaðu blöndunum á kexbotninn af handahófi og hrærðu þeim saman. Sléttið ofan á og geymið í kæli í 6+ klukkustundir til að stífna, eða helst yfir nótt.

AÐ SKREYTA

h) Þegar það hefur verið stillt skaltu fjarlægja það úr dósinni. Þeytið tvöfaldan rjóma, tjaldkaffiþykkni og flórsykur saman þar til það er þykkt og hægt að pípa.

i) Dreypið bræddu mjólkursúkkulaði yfir, pípið smá af dýrindis kaffiþeyttum rjómanum yfir og stráið fallegu strái yfir!

46. No-Bake Hnetusmjörs ostakökusprengjur

Gerir: 12

HRÁEFNI:

- 6 aura af rjómaosti
- ⅓ bolli Náttúrulegt rjómalagt hnetusmjör
- 2 matskeiðar af Xylitol
- 1 teskeið af vanilluþykkni
- 1 klípa af 1 bolla af Heavy Cream
- ⅛ matskeiðar af Xanthan Gum
- 3 stangir af Double Chocolate Crunch Bar, Snakkkaramellu

LEIÐBEININGAR:

a) Til að gera rjómaostinn rjómakennt skaltu nota hrærivél sem er stilltur á meðalhraða til að þeyta mjúka rjómaostinn. Blandið saman duftformi sykuruppbótar, hnetusmjöri og vanillu í blöndunarskál þar til það hefur blandast vel saman.

b) Bætið við 1 bolla af þungum rjóma og ¼ teskeið af xantangúmmíi og þeytið þar til blandan er létt og dúnkennd í áferð.

c) Búðu til þrjá hluta úr Atkins stöngunum með því að skera þá langsum og gróftsa. Notaðu 2 matskeiðar ausu á vaxpappír sem hefur verið hentuglega húðaður með bökunarplötu, blandaðu hráefninu saman við blönduna.

d) Sett í frysti þar til það er alveg frosið.

SVITTAR OSTAKÖKUR

47. No-Bake Rum eggjakaka ostaköku

Gerir: 1 skammt

Hráefni:

- 1¼ bolli vanilludiskur, fínt muldar
- 3 matskeiðar Smjör, brætt
- ⅓ bolli sykur
- 1 pakki af óbragðbætt gelatíni
- 1 bolli eggjasnakk
- 4 eggjarauður, þeyttar
- ¼ tsk Malaður múskat
- 16 aura Rjómaostur, mildaður
- 2 matskeiðar romm
- 4 eggjahvítur
- ½ bolli Sykur
- ½ bolli þeyttur rjómi
- Rakað súkkulaði
- Muldar vanilludúkur

LEIÐBEININGAR:

a) Í lítilli blöndunarskál blandið saman 1¼ bollum af muldum oblátum og bræddu smjöri; henda til að blanda vel saman.

b) Þrýstu molablöndunni í botninn og ½ tommu upp hliðarnar á 9 tommu springformi til að mynda fasta, jafna skorpu. Kælið í um 1 klukkustund eða þar til það er stíft. Blandið saman ⅓ bolla sykri og gelatíni í meðalstórum potti.

c) Hrærið eggjasnakk, eggjarauður og múskat saman við. Eldið við meðalhita, hrærið stöðugt, þar til blandan nær að suðu. Takið af hitanum. Í stórri hrærivélarskál, þeytið rjómaost með hrærivél á miðlungshraða í 30 sekúndur eða þar til hann er mjúkur; þeytið gelatínblönduna smám saman út í. Hrærið rommi eða mjólk saman við.

d) Kældu þar til það er stíft að hluta. Í miðlungs hrærivélarskál, þeytið eggjahvítur á meðalhraða þar til mjúkir toppar myndast.

e) Bætið afganginum af sykrinum smám saman út í, þeytið að stífum toppum. Í lítilli skál þeyttu rjóma að mjúkum toppum. Blandið hvítum og þeyttum rjóma saman við gelatínblönduna. Snúðu því í krumlufóðraða pönnu. Þekja; kælið þar til það er stíft, 3 til 24 klst.

f) Losaðu hliðar ostaköku af pönnunni með spaða; fjarlægðu hliðar.

g) Stráið raksúkkulaði eða obláturmola í kringum efri brún ostakökunnar.

48. Nei Baka Margarita ostaköku

Gerir: 8 skammta

Hráefni:

- 8 aura af rjómaosti, mildaður
- 14 aura dós sætt þétt mjólk
- ¼ bolli lime safi
- börkur af 1 lime
- 2 matskeiðar tequila
- ¼ tsk Cointreau, appelsínulíkjör
- 8 aura pottur af þeyttu áleggi, þiðnað
- 1 forgerð graham cracker skorpa

AÐ ÞJÓNA:

- Auka þeyttur rjómi og lime sneiðar

LEIÐBEININGAR:

a) Taktu plasthlífina af tilbúinni skorpu og settu það til hliðar til síðar.

b) Í stórri hrærivélarskál blandið saman rjómaosti og sykraða niðursoðnu mjólk með rafmagnshrærivél þar til það er slétt. Þegar slétt er, bætið við limesafa, limebörk, tequila og appelsínuáfengi og blandið þar til það hefur blandast saman. Blandið þeyttu álegginu saman við þar til það hefur blandast inn. Hellið blöndunni í tilbúna skorpu og dreifið í jafnt lag. Hyljið með plasthlíf sem þú bjargaðir úr skorpunni og geymið í kæli í að minnsta kosti tvær klukkustundir, eða þar til stíft.

c) Þegar þú ert tilbúinn til framreiðslu skaltu bæta við þeyttum rjóma og bita af lime sem hefur verið dýft í sykur. Skerið í sneiðar og berið fram.

d) Geymið margarítu ostakökuafganga í kæli í allt að 5 daga.

49. No-Bake Pina colada ostakaka

Gerir: 10 skammta

Hráefni:

- 1 Kókosskorpa
- 2 umslög af óbragðbættu gelatíni
- Sykur
- 6 aura af ananassafa
- 3 egg, aðskilin
- Þrír 8 aura pakkar af rjómaosti mýkt
- ¼ bolli dökkt jamaíkanskt romm
- ¼ tsk kókoshnetuþykkni
- 20 aura dós af muldum ananas
- 1 matskeið maíssterkja

LEIÐBEININGAR:

a) Blandið gelatíni og ½ bolli af sykri í pott. Bæta við ananassafa. Standið í 1 mínútu. Hitið yfir lágt þar til gelatínið leysist upp, um það bil 5 mínútur. Takið af hitanum.

b) Bætið eggjarauðum út í, einni í einu þeytið vel eftir hverja. Kælið aðeins. Þeytið rjómaost þar til hann verður loftkenndur.

c) Blandið gelatínblöndu saman við rommi og kókoshnetuþykkni.

d) Kældu fljótt með því að setja blönduna yfir skál af ísvatni; hrærið þar til það þykknar aðeins.

e) Þeytið eggjahvítur þar til þær freyða.

f) Bætið ¼ bolla af sykri smám saman út í þar til stífir toppar myndast. Brjótið í gelatín. Breyttu í tilbúna skorpu. Geymið í kæli yfir nótt.

g) Blandið ótæmdum ananas saman við 2 matskeiðar af sykri og maíssterkju í potti. Eldið, hrærið þar til sýður og þykknar. Flott. Skeið yfir ostaköku.

50. No-Bake Vodka Toffee epla ostakaka

Gerir: 8-10 skammta

Hráefni:

- 6 rauð epli
- 1 matskeið sítrónusafi
- 230 g Grantham piparkökur eða piparkökur
- 60 g smjör, brætt
- 300ml tvöfaldur rjómi
- 50 g flórsykur
- 150ml grísk jógúrt
- 310g léttur mjúkur ostur
- 2 matskeiðar Toffee Vodka
- 3,5 aura af kornuðum sykri

LEIÐBEININGAR:

a) Flysjið 4 af eplum og skerið í 1 cm bita. Setjið í glerskál með sítrónusafanum og bakið í örbylgjuofn á fullum krafti í 3 mín. Hrærið vel saman. Hitið í örbylgjuofn í 2-3 mínútur til viðbótar þar til það er mjúkt með nokkrum litlum kekkjum. Látið kólna.

b) Setjið kexið í matvinnsluvél þar til fínt mola myndast. Bætið smjörinu út í og hrærið þar til það er blandað saman. Klæðið botninn á 20 cm lausbotna formi með bökunarpappír. Hellið molunum út í og þrýstið flatt með bakinu á skeið. Kældu þar til þörf er á. Klæddu hliðar formsins með langri rönd af bökunarpappír.

c) Þeytið saman rjóma og flórsykur þar til mjúkir toppar myndast. Setjið jógúrt, mjúkan ost, vodka og eplasósu í stóra skál og hrærið varlega þar til það hefur blandast jafnt saman – ekki berja of mikið. Blandið rjómanum varlega saman við. Setjið skeið yfir botninn, jafnið með bakinu á skeið og kælið yfir nótt.

d) Kjarnhreinsaðu og skerðu síðustu 2 eplin þunnt. Þurrkaðu með eldhúsrúllu. Setjið eldhúsrúllublað á örbylgjuofn disk og raðið helmingnum af eplasneiðunum ofan á. Örbylgjuofn við 800W í 3 mín. Snúið eplasneiðunum við, þurrkið þær með eldhúsrúllu og látið þær í örbylgjuofn í 3 mínútur til viðbótar þar til þær eru fleygar og næstum þurrar. Setjið til hliðar og endurtakið með eplið sem eftir er.

e) Setjið bökunarpappír á grind. Setjið sykurinn og 4 matskeiðar af vatni í litla pönnu. Hitið varlega án þess að hræra þar til sykurinn bráðnar. Sjóðið í 3-4 mínútur þar til þú hefur hunangsgyllta karamellu. Takið af hitanum, bætið ¼ af þurrkuðu eplinum út í, hrærið til að hjúpa, lyftið síðan upp úr einu í einu, leyfið umfram karamellu að leka aftur á pönnuna. Raðið á bökunarpappírinn.

f) Endurtaktu þrisvar sinnum í viðbót. Ef karamellan þykknar skaltu hita varlega í 20 sek.

g) Lyftu ostakökunni á disk og fjarlægðu bökunarpappírinn. Raðið karamellu eplasneiðum ofan á, stráið muldum engiferkexi yfir ef vill og berið fram.

BAKAÐAR OSTAKÖKUR

51. Jarðarberjaostakaka franskt brauð

Gerir: 4 skammta

HRÁEFNI:
- ½ bolli rjómaostur, mildaður
- 2 matskeiðar flórsykur
- 2 matskeiðar jarðaberjakonur
- 8 sneiðar sveitahvítt brauð
- 2 egg
- ½ bolli hálf og hálfur
- 2 matskeiðar sykur
- 4 matskeiðar smjör, skipt

LEIÐBEININGAR:
a) Blandið rjómaosti og flórsykri saman í lítilli skál; blandið vel saman. Hrærið niðursoðið saman við. Dreifið rjómaostablöndunni jafnt yfir 4 brauðsneiðar; toppið með sneiðunum sem eftir eru til að mynda samlokur.

b) Þeytið saman egg, hálft og hálft og sykur í meðalstórri skál; setja til hliðar.

c) Bræðið 2 msk smjör í stórri pönnu við meðalhita. Dýfðu hverri samloku ofan í eggjablönduna og þekur alveg báðar hliðar.

d) Eldið 2 samlokur í einu í eina til 2 mínútur á hlið, eða þar til þær eru gullnar.

e) Bræðið smjörið sem eftir er og eldið samlokurnar sem eftir eru samkvæmt leiðbeiningum.

52. Bláberjasítrónuostakökuhafrar

Gerir: 4 skammta

HRÁEFNI:

- ¼ bolli fitulaus grísk jógúrt
- 2 matskeiðar bláberjajógúrt
- ¼ bolli bláber
- 1 tsk rifinn sítrónubörkur
- 1 tsk hunang

LEIÐBEININGAR:

a) Sameina hafrar og mjólk í 16-eyri mason krukku; toppa með æskilegu áleggi.
b) Geymið í kæli yfir nótt eða allt að 3 daga; bera fram kalt.

53. Jarðarberjaostakökupönnukökur

Gerir: 4 skammta

HRÁEFNI:

- 1 bolli speltmjöl
- 2 msk sykurlaus vanillubúðing blanda
- ½ tsk lyftiduft
- ½ tsk matarsódi
- ¾ bolli grísk jógúrt
- ½ bolli + 2 matskeiðar 2% léttmjólk
- 1 stórt egg
- 2 matskeiðar hlynsíróp
- 1 bolli þunnt sneidd jarðarber

LEIÐBEININGAR:

a) Bætið hveiti, puddingblöndu, lyftidufti og matarsóda í skál og þeytið saman.

b) Í annarri skál, þeytið jógúrt, mjólk, egg og hlynsíróp þar til það er blandað saman.

c) Bætið blautu hráefnunum við þurrefnin og þeytið þar til það hefur blandast vel saman.

d) Hrærið jarðarberjunum varlega saman við.

e) Látið deigið hvíla í 2 til 3 mínútur. Þetta gerir allt hráefninu kleift að sameinast og gefur deiginu betri samkvæmni.

f) Sprautaðu ljúffengri pönnu eða pönnu ríkulega með jurtaolíu og hitaðu við meðalhita.

g) Þegar pönnuna er orðin heit, bætið deiginu út í með því að nota ¼ bolla mæliglas og hellið deiginu í pönnuna til að búa til pönnukökuna. Notaðu mælibikarinn til að móta pönnukökuna.

h) Eldið þar til hliðarnar virðast stífnar og loftbólur myndast í miðjunni (um það bil 2 til 3 mínútur), snúið síðan pönnukökunni við.

i) Þegar pönnukakan er elduð á þeirri hlið skaltu taka pönnukökuna af hellunni og setja á disk.

j) Haltu áfram þessum skrefum með restinni af deiginu

54. Frosin fíkjuostakaka

Gerir: 12 sneiðar

HRÁEFNI:
- 1 bolli graham cracker mola
- 1 bolli auk 2 matskeiðar kornsykur
- 4 matskeiðar smjör, brætt
- 2 bollar ricotta ostur, tæmd
- 8 aura af rjómaosti
- 1 matskeiðar maíssterkju
- 4 stór egg
- 2 tsk vanilluþykkni
- Klípa salt
- ⅓ bolli fíkjusulta

LEIÐBEININGAR:

a) Hitið ofninn í 340°F (171°C). Vefjið innan úr 9 tommu (23 cm) springformi með álpappír. Sprayið með nonstick matreiðsluúða og setjið til hliðar.

b) Í lítilli skál skaltu sameina graham cracker mola, 2 matskeiðar af sykri og smjöri. Þrýstið í botninn á tilbúnu pönnunni. Kældu í 30 mínútur í kæli.

c) Í stóra blöndunarskál, bætið við ricotta osti, rjómaosti, 1 bolli sykri og maíssterkju. Blandið vel saman með rafmagnshrærivél á meðalhraða. Bætið eggjum við einu í einu, þeytið á lágum hraða eftir hverja viðbót. Bætið vanilluþykkni og salti út í og þeytið á lágum hraða þar til það hefur blandast inn.

d) Takið skorpuna úr kæliskápnum. Hellið deiginu í skorpuna. Snúðu fíkjusultu varlega í ostakökuna til að fá marmaraáhrif. Setjið pönnuna í stærri pönnu með heitu vatni þannig að springformið sé hálft á kafi.

e) Bakið í 55 mínútur til 1 klukkustund. Kakan ætti að vera stíf en samt, kippa henni aðeins upp. Takið af stærri pönnunni af vatni og kælið á grind þar til það nær stofuhita.

f) Renndu smjörhníf um innanverðan brún pönnunnar til að skilja ostakökuna frá pönnunni og losaðu síðan ytri hluta pönnunar. Kældu í 1 klukkustund og frystu síðan í 4 klukkustundir. Látið standa við stofuhita í 10 til 15 mínútur áður en það er sneið og borið fram.

g) Geymsla: Geymið þétt inn í plastfilmu í frysti í allt að 1 mánuð.

55. Vegan Berry ostakaka

Gerir: 6

HRÁEFNI:
- 4 (8 aura) pakkar af vegan rjómaosti
- 0,5 aura af agar agar + 1 bolli af heitu vatni
- 3 aura vegan sítrónugelló + 1 bolli af heitu vatni
- ¼ bolli af flórsykri
- oblátur
- Fersk jarðarber eða hindber
- 2 kassar (3 aura hver) af vegan jarðarberjagellói

LEIÐBEININGAR:
a) Leysið 2 pakka af agar og 1 bolla af sítrónugelló upp í bolla af heitu vatni.
b) Þegar osturinn er tilbúinn, þeytið hann í um það bil 2 mínútur, eða þar til hann er loftkenndur. Agar Agar og hlaup ætti að bæta við smá í einu.
c) Blandið þar til allir kekkir eru horfnir. Bætið sykrinum út í og þeytið áfram þar til allt hefur blandast vel saman.
d) Settu vanilludúkur á botninn á springforminu. Fylltu pönnuna með rjómaostablöndunni. Geymið í kæli í að minnsta kosti 2 klst.
e) Gerðu jarðarberjageló með helmingi af vatni (1 bolli fyrir hverja kassa, alls 2 bollar úr tveimur öskjum). Látið kólna í nokkrar mínútur.
f) Setjið jarðarber ofan á ostablönduna sem hefur verið stíf. Geymið í kæli þar til hlaupið harðnar og hellið því síðan yfir jarðarberin.

56. Mangó ostakaka

Gerir: 6 skammta

HRÁEFNI:
SKORPU
- 7 blöð Graham kex, mulið
- 2 matskeiðar ósaltað smjör, brætt

FYLLING
- 1 pund rjómaostur,
- ½ bolli mangókvoða, auk 1½ teskeiðar
- ½ bolli sykur
- 1 matskeið karrýduft
- 2 tsk alhliða hveiti
- 2 stór egg auk 1 eggjarauða

LEIÐBEININGAR:
a) Fylltu skyndipottinn hálfa leið með vatni og bættu við vír-málm gufugrindinni.
b) Blandið Graham kexunum og bræddu smjöri saman í matvinnsluvél þar til það er slétt.
c) Dreifið Graham kexblöndunni jafnt á botninn á tilbúnu pönnunni. Frysta
d) Til að gera fyllinguna skaltu hræra saman rjómaostinum, 12 bolla mangókvoða, karrýdufti, sykri og hveiti í blandara þar til það er slétt.
e) Sprunga í eggin
f) Fylltu frosnu skorpuna með fyllingunni.
g) Dreypið hinum 112 matskeiðum af mangókvoða ofan á.
h) Settu 8 tommu lak af álpappír ofan á pönnuna og hyldu það með pappírshandklæði.
i) Settu pönnuna á grindina í Instant Pot.
j) Hitið ofninn í háþrýsting í 37 mínútur.
k) Látið ostakökuna kólna í um klukkutíma á borðinu. Geymið í kæli.
l) Berið fram kalt og skerið í báta.

57. <u>Bláberjaostakaka</u>

Gerir: 10

HRÁEFNI:
FYRIR SKORPAN:
- 2 bollar mulið glútenfrítt grahams kex ¼ bolli hvítur sykur
- 6 matskeiðar ósaltað smjör, brætt

FYRIR FYLLINGU:
- 2 ½ (8 únsu) pakkar af rjómaosti, mildaður
- ½ bolli hunang
- 3 stór egg
- 2 matskeiðar mjólk
- 1 ½ tsk vanilluþykkni
- ¼ teskeið salt

FYRIR COULIS:
- 250 g bláber (eða önnur ber ef þú vilt)
- 100ml / 6 matskeiðar vatn
- 2 matskeiðar af hlynsírópi/agave nektar

LEIÐBEININGAR:
a) Forhitið ofninn í 180C / 350F
b) Hrærið saman hráefninu þar til það hefur blandast vel saman.
c) Hellið skorpublöndunni í 9 tommu kringlótt springform og þrýstið henni jafnt meðfram smjörinu og um 1 tommu upp með hliðunum.
d) Bakið skorpuna í 8 mínútur og setjið síðan til hliðar til að kólna.
e) Í blöndunarskál, þeytið rjómaostinn og hunangið saman þar til það er slétt.
f) Í sérstakri skál, þeytið saman egg, mjólk, vanilluþykkni og salt. Bætið blöndunni út í rjómaostablönduna og blandið vel saman.
g) Brjótið brómberin út í og passið að brjóta þau ekki upp.
h) Hellið fyllingunni í kælda skorpuna og bakið í 30 mínútur eða þar til ostakakan er rétt stillt í miðjuna.
i) Látið ostakökuna kólna og fjarlægðu síðan hliðarnar af springforminu varlega.
j) Kældu ostakökuna í að minnsta kosti 4 klukkustundir áður en hún er borin fram.
k) Búið til coulis með því að setja berin í pott með vatninu og sírópinu og sjóða við meðalhita í 2-3 mínútur.
l) Takið af hitanum og leyfið því að kólna. Þú getur þeytt það upp til að verða slétt eða látið það vera eins og það er.
m) Toppaðu ostakökuna með coulisinu.

58. Trönuberjaappelsínu ostakaka

Gerir: 12 skammta

HRÁEFNI:
- 1 bolli Graham mola
- 2 bollar Kotasæla
- 1 pakki Léttur rjómaostur; 8oz
- ⅔ bolli sykur
- ½ bolli hrein jógúrt
- ¼ bolli hveiti; alhliða
- 2 bollar trönuber
- ½ bolli appelsínusafi
- 1 matskeið smjörlíki; ljós, brætt
- 2 eggjahvítur
- 1 egg
- 1 matskeið appelsínubörkur; rifið
- 1 tsk Vanilla
- ⅓ bolli sykur
- 2 tsk maíssterkju

LEIÐBEININGAR:
a) Sameina hráefni í skorpu. Ýttu yfir botninn á 9 tommu springforminu.
b) Bakið við 325 gráður F í 5 mínútur.
c) Í matvinnsluvél, blandaðu kotasælu þar til það er slétt. Bætið við rjómaosti og vinnið þar til slétt. Bætið við eftirfyllingarefninu; vinna þar til slétt. Hellið á pönnu. Bakið við 325 gráður F í 50 til 60 mínútur eða þar til næstum sett í miðjuna.
d) Hlaupa hníf um brún kökunnar til að losa hana frá brúninni. Kælið á grind. Slappaðu af.
e) Blandið trönuberjum, appelsínusafa og sykri saman í pott. Látið suðuna koma upp, hrærið stöðugt í. Látið malla síðan í 3 mínútur eða þar til trönuberin byrja að poppa. Leysið maíssterkju upp í 1 msk vatni. Bætið á pönnu, eldið og hrærið í 2 mínútur.
f) Kældu áleggið og dreifðu því yfir kökuna áður en það er borið fram.

59. Sítrónubörkur ostakaka

Gerir: 10 skammta

HRÁEFNI:

- 1 pund rjómaostur
- 1½ bolli sykur; Kornað
- 2 egg
- ½ tsk kanill; Jarðvegur
- 1 tsk sítrónubörkur; Rifinn
- ¼ bolli óbleikt hveiti
- ½ tsk Salt
- 1 x sælgætissykur
- 3 matskeiðar Smjör

LEIÐBEININGAR:

a) Forhitið ofninn í 400 gráður Fahrenheit. Hrærið ostinum, 1 matskeið af smjöri og sykrinum saman í stórri blöndunarskál. Ekki þrasa.

b) Bætið eggjunum út í einu í einu, þeytið vel eftir hverja viðbót.

c) Blandið saman kanil, sítrónubörk, hveiti og salti. Smyrjið pönnuna með hinum 2 matskeiðum af smjöri, dreifið því jafnt með fingrunum.

d) Hellið deiginu í tilbúið form og bakið við 400 gráður í 12 mínútur, lækkið síðan í 350 gráður og bakið í 25 til 30 mínútur í viðbót. Hnífurinn ætti að vera laus við leifar.

e) Þegar kakan hefur kólnað í stofuhita, stráið hana með sælgætissykri.

60. Ananas ostakökur á hvolfi

Gerir: 4 Mini kökur

Hráefni:
- 1 matskeið ósaltað smjör
- ¼ bolli Graham cracker mola
- ¾ bolli Mýkt rjómaostur (6oz)
- ¼ bolli + 1 tsk sykur
- ¼ tsk Ferskur rifinn sítrónubörkur
- ¼ tsk Vanilla
- 1 stórt egg
- 1 tsk maíssterkja
- ½ bolli Tæmd niðursoðinn mulinn
- Ananas, geymdu 1 T safa
- ½ bolli Vatn

LEIÐBEININGAR:

a) Bræðið smjör í litlum potti við meðalhita, hrærið graham mola saman við og skiptið síðan blöndunni í 4 pappírslínur ½ bolla muffinsform, þrýstið inn til að mynda skorpu.

b) Bakið skorpurnar í miðjum forhituðum 350F ofni í 5 mínútur og látið síðan kólna á grind í 5 mínútur.

c) Í skál með rafmagnshrærivél, þeytið saman rjómaostinn, ¼ bolla af sykri, börknum og vanillu þar til blandan hefur blandast vel saman.

d) Bætið egginu út í, þeytið út í þar til það hefur blandast vel saman og skiptið deiginu í formin. Bakið ostakökurnar í miðjum forhituðum 350F ofni í 20 mínútur eða þar til þær eru stífnar og látið þær kólna á grind í 10 mínútur.

e) Á meðan ostakökurnar eru að bakast, leysið maíssterkjuna upp í ananassafanum í lítilli skál. Látið mulinn ananas malla í litlum potti með vatninu og 1 tsk af sykri sem eftir er í 5 mínútur, eða þar til vökvinn er minnkaður í um það bil 2 msk.

f) Hrærið maíssterkjublönduna og hrærið henni út í ananasblönduna.

g) Sjóðið sósuna, hrærið, í 2 mínútur, setjið hana yfir í málmskál sem er sett í stærri skál af ís og köldu vatni og látið kólna og hrærið í af og til.

h) Hellið sósunni með skeið á 2 diska og hvolfið ostakökunum ofan á sósuna, fargið pappírnum.

61. Mandarínu ostakaka

Gerir: 2 skammta

HRÁEFNI:

- 1 bolli Graham kex; Möltuð
- 2 matskeiðar Sykur
- 3 pakkar 8 aura af rjómaosti; Mýkt
- 4 egg
- 1 bolli Sykur
- 1½ bolli sýrður rjómi
- 2 tsk Vanilla
- 2 matskeiðar bráðið smjör
- 2 matskeiðar mandarínusafi
- 1 matskeið rifinn mandarínuhýði
- 2 matskeiðar Sykur

LEIÐBEININGAR:

a) Blandið fyrstu 3 hráefnunum vel saman. Þrýstið í botninn og hliðarnar á 8 x 3 springforminu.

b) Bakið í 5 mínútur og kælið; (350 gráður ofn). Nú skaltu setja ofninn á 250 gráður. Setjið 1 pk. rjómaostur og 1 egg í stórri hrærivélarskál; slá rækilega.

c) Endurtakið með osti og eggjum sem eftir eru, þeytið vel eftir hverja viðbót. Bætið sykri smám saman út í til skiptis með safa. Þeytið á meðalhraða í 10 mínútur.

d) Hrærið hýði saman við. Hellið í skorpuna og bakið í 25 mínútur. Slökktu á hitanum; láttu kökuna standa í ofninum í 45 mínútur og fjarlægðu síðan.

e) Nú skaltu kveikja á ofninum á 350 gráður. Blandið innihaldsefnum áleggsins vandlega saman. Látið standa við stofuhita. Dreifið varlega yfir heita kökuna.

f) Farið aftur í 350 gráðu heitan ofn í 10 mínútur. Kælt að hluta til á vírgrind. Geymið í kæli yfir nótt, ef hægt er.

62. <u>Valhnetu ostakaka</u>

Gerir: 10 skammta

HRÁEFNI:
- Smákaka
- 2 bollar kotasæla
- ½ bolli sykur; Kornað
- 2 tsk maíssterkju
- ½ bolli valhnetur; Hakkað,
- 3 egg; Stórt, aðskilið
- ½ bolli sýrður rjómi
- 1 tsk sítrónuberki; Rifinn

LEIÐBEININGAR:
a) Forhitaðu ofninn í 325 gráður F.
b) Þrýstið kotasælunni í gegnum sigti og látið renna af.
c) Í stórri hrærivélarskál, þeytið eggjarauðurnar þar til þær eru léttar og froðukenndar, bætið síðan sykrinum rólega út í, haldið áfram að þeyta þar til það er mjög létt og slétt.
d) Bætið kotasælunni út í eggjablönduna, blandið vel saman, bætið svo sýrðum rjóma, maíssterkju, sítrónubörk og valhnetum (ef þess er óskað). Hrærið þar til allt hráefni hefur blandast vel saman og blandan er slétt.
e) Í annarri stórri blöndunarskál, þeytið eggjahvíturnar þar til þær mynda mjúka toppa, blandið þeim síðan varlega saman við deigið. Hellið blöndunni í tilbúna skorpu og bakið í um það bil 1 klukkustund.
f) Kælið í stofuhita áður en það er borið fram.

63. Macadamia & lime gras kaka

Gerir: 14

Hráefni
OSTAKÖKUSKORPA

- ½ bolli makadamíuhnetur
- ½ bolli Honeyville möndlumjöl
- ¼ bolli kalt smjör
- ¼ bolli NÚNA Erythritol
- 1 stór eggjarauða

FYLLING

- 8 aura af rjómaosti
- ¼ bolli smjör
- ¼ bolli NÚNA Erythritol
- ¼ tsk fljótandi Stevia
- 1-2 matskeiðar Key Lime Safi
- 2 stór egg
- Börkur af 2 lime

LEIÐBEININGAR:

a) Forhitaðu ofninn þinn í 350F. Bætið ½ bolli af macadamia hnetum í matvinnsluvél.

b) Myljið hneturnar í gróft máltíðarsamkvæmni og bætið síðan ¼ bolla af NOW erythritol út í.

c) Púlsaðu í smá stund og bætið svo ½ bolli Honeyville möndlumjöli út í.

d) Púlsaðu aftur þar til allt hefur blandast saman.

e) Settu ¼ bolla af köldu smjöri í tening og bættu því í matvinnsluvélina. Púlsaðu aftur þar til blandan byrjar að klessast.

f) Bætið 1 eggjarauðu út í og pússið aftur þar til allt deigið kekkist.

g) Takið deigið úr matvinnsluvélinni og hnoðið saman með höndunum.

h) Notaðu nokkur sílikon bollakökuform (eða bara venjulegt smurt bollakökuform) og fylltu holurnar um ⅛ til ¼ af leiðinni fullar. Þetta fer eftir því hversu þykk þú vilt skorpuna þína. Ef þú gerir skorpuna þunna geturðu búið til fleiri ostakökubollur.

i) Bakið skorpuna í 5-7 mínútur við 350F. Þær ættu ekki að vera brúnaðar þegar þær eru teknar út, þær verða feitar og lítt eldaðar.

j) Á meðan skorpan er að elda skaltu slá saman 1 blokk af rjómaosti (8 aura) og ¼ bolla af smjöri.

k) Þegar smjörið og rjómaosturinn hefur blandast saman skaltu bæta við 2 eggjunum og hræra aftur.

l) Bætið ¼ bolli NÚNA af erýtrítóli og ¼ teskeið af fljótandi stevíu og blandið síðan aftur.

m) Bætið að lokum við börknum af um 2 lykillímónum og safanum úr 2.

n) Blandið aftur þar til það hefur blandast að fullu saman.

o) Þegar skorpurnar eru komnar úr ofninum, látið þær kólna í 3-5 mínútur og hellið svo blöndunni í formin. Fylltu þær svo þær skilji eftir pláss efst því þær lyftast þegar þær eldast og geta hellst yfir.

p) Bakið ostakökurnar í 30-35 mínútur við 350F.

q) Kældu ostakökurnar í 20-30 mínútur og geymdu þær svo í ísskáp yfir nótt.

r) Bætið smá auka lime-safa yfir toppinn og berið fram!

64. Bláberjaostakaka

Gerir: 1 ostaköku

HRÁEFNI:
SKORPU
- ½ bolli rifin kókos
- 1 bolli ristaðar möndlur
- 1 msk kókosolía, brætt
- 1 tsk vanilluþykkni

FYLLING
- 2 bollar kasjúhnetur, lagðar í bleyti í 12 klukkustundir, skolaðar og tæmdar
- 3 matskeiðar sítrónusafi við stofuhita
- ½ bolli hlynsíróp
- ½ bolli kókosolía, brætt
- 8 dropar af innrennsli olíu - bláberjabragð
- 2 bollar fersk bláber

LEIÐBEININGAR:
a) Klæðið 9 tommu hringlaga kökuform með smjörpappír.
b) Blandið skorpunni saman í matvinnsluvél og blandið í 1 mínútu.
c) Þrýstið skorpublöndunni á botninn á tilbúnu kökuforminu.
d) Glerjið skorpuna og setjið í frysti.
e) Blandið öllu hráefninu fyrir fyllinguna í blandara þar til það er slétt.
f) Takið frosnu skorpuna úr frystinum og setjið hana á bökunarplötu. Hellið ostakökufyllingunni ofan á.
g) Frystið ostakökuna 30 mínútum áður en hún er borin fram.

65. Glútenlaus möndlumjöl ostakaka

Gerir: Eina 7 tommu ostaköku

HRÁEFNI:
FYRIR SKORPAN
- 2 bollar glútenlaust möndlumjöl
- ¼ teskeið salt
- 1½ msk púðursykur
- ¼ bolli ósaltað smjör, brætt

FYRIR ostakökuna
- 1 pund rjómaostur, við stofuhita
- 2 matskeiðar maíssterkju
- ⅔ bolli kornsykur Klípa af salti
- ½ bolli sýrður rjómi, við stofuhita
- 2 tsk glútenfrítt vanilluþykkni
- ⅛ teskeið glútenfrítt möndluþykkni
- 2 stór egg, við stofuhita
- 1 bolli kalt vatn

LEIÐBEININGAR:
SKORPU
a) Sprautaðu létt yfir botn og hliðar á 7 x 3 tommu (18 x 7,6 cm) springformi með nonstick eldunarúða (svo sem án hveiti í).
b) Klippið hring af smjörpappír í sömu stærð og botninn á springforminu þínu. Settu smjörpappírshringinn á botninn á pönnunni þinni og úðaðu létt með viðbótar nonstick úða. Setja til hliðar.
c) Blandið saman möndlumjöli, salti og púðursykri í lítilli skál. Bætið bræddu smjöri út í og hrærið með gaffli þar til það festist saman.
d) Hellið skorpublöndunni í tilbúna pönnuna. Dreifið með fingrunum og þrýstið varlega niður til að mynda jafnt lag. Settu pönnuna inn í frysti á meðan þú gerir ostakökudeigið.

OSTAKAKA
e) Í meðalstórri blöndunarskál, þeytið rjómaostinn með handþeytara á lágum hraða þar til hann er sléttur. Í lítilli blöndunarskál, blandaðu saman maíssterkju, kornsykri og salti. Bætið helmingnum af sykurblöndunni út í rjómaostinn og þeytið þar til það er rétt innlimað. Skafðu niður hliðar skálarinnar með spaða.
f) Bætið afganginum af sykurblöndunni út í og þeytið þar til það er rétt innlimað. Bætið sýrða rjómanum og vanillu- og möndluþykkni út í rjómaostablönduna. Þeytið þar til það kemur bara saman.
g) Bætið eggjunum út í, einu í einu, skafið skálina vel niður eftir hverja viðbót. Ekki ofblanda.
h) Takið skorpuna úr frystinum. Vefjið botninn á pönnunni þétt inn með álpappír til að koma í veg fyrir leka. Hellið rjómaostadeiginu yfir skorpuna. Bankaðu létt á borðplötuna til að fjarlægja loftbólur.
i) Hellið köldu vatni í innri pottinn á hraðsuðupottinum þínum. Setjið grind í pottinn. Notaðu álpappír til að setja

ostakökupönnuna varlega ofan á borðið. Gakktu úr skugga um að pannan snerti ekki vatnið.

j) Lokaðu og læstu lokinu og vertu viss um að gufulosunarhnappurinn sé í þéttingarstöðu. Eldið við háþrýsting í 40 mínútur. Þegar því er lokið skaltu nota hraðlosunaraðferðina með því að snúa losunarhnappinum í loftræstingarstöðu og sleppa gufunni.

k) Þegar flotpinninn er fallinn skaltu opna lokið og opna það varlega. Þurrkaðu yfirborð ostakökunnar varlega með pappírshandklæði til að draga í sig þéttingu.

l) Fjarlægðu ostakökuna varlega og settu hana á grind til að kólna.

m) Þegar ostakakan er alveg kæld skaltu setja hana í kæli í 6 til 8 klukkustundir eða yfir nótt. Þegar þú ert tilbúinn til að bera fram skaltu taka ostakökuna úr kæli. Losaðu hliðarnar á springforminu og renndu þunnum hníf á milli bökunarpappírsins og skorpunnar og renndu síðan varlega á framreiðsludisk.

66. Dúnkennd japönsk ostakaka

Gerir: 1 ostaköku

HRÁEFNI:
- Vanillu ís
- Brownie blanda, ein kassi
- Heit fudge sósa

LEIÐBEININGAR:
a) Hitið ofninn í 350 gráður.
b) Skerið ræmur af filmu til að fóðra júmbó muffinsformbolla.
c) Leggðu ræmur á krosslagðan hátt til að nota sem lyftihandföng þegar brownies eru tilbúnar.
d) Úðið álpappír á pönnu með matreiðsluúða.
e) Útbúið brownie deig eins og lýst er á pakkanum.
f) Skiptið deiginu jafnt á milli muffinsforma. Muffinsbollar verða um ¾ fullir.
g) Setjið muffinsformið á bökunarplötuna og bakið í forhituðum ofni í 40-50 mínútur.
h) Takið úr ofninum og kælið á pönnunni í 5 mínútur, setjið síðan yfir á kæligrind í tíu mínútur til viðbótar.
i) Þú gætir þurft að nota smjörhníf eða kökuspaða til að losa hliðarnar á hverri brúnköku og lyfta síðan upp úr muffinsforminu með álpappírshandföngunum.
j) Berið fram heita brownie á disk sem toppað er með skeið af vanilluís og heitri fudge sósu.

67. Tvöföld súkkulaði Fudge ostakaka

Gerir: 8 sneiðar

HRÁEFNI:
FYRIR SKORPAN
- 6,1 únsa kassi af glútenlausum súkkulaðikökum
- 1 matskeið kornsykur
- ¼ teskeið salt
- 2 matskeiðar ósaltað smjör, brætt

FYRIR ostakökuna
- 1¼ bollar hálfsætar súkkulaðiflögur
- 1 pund rjómaostur, við stofuhita
- ¾ bolli kornsykur
- 3 stór egg, við stofuhita
- ¼ bolli sýrður rjómi
- 2 tsk glútenfrítt vanilluþykkni
- 1½ bolli vatn
- Sælgætissykur, til að rykhreinsa

LEIÐBEININGAR:
SKORPU
a) Sprautaðu 7 x 3 tommu (18 x 7,6 cm) springformi með eldunarúða. Skerið smjörpappírshring í sömu stærð og botninn á pönnunni og setjið hann í pönnuna. Sprautaðu á pergamentið. Setja til hliðar.
b) Settu kökurnar í skál matvinnsluvélar og blandaðu þar til þær líkjast grófum sandi. Hellið smákökumylsnunni í meðalstóra skál og bætið sykri og salti út í. Hrærið til að blanda saman. Bætið bræddu smjöri út í og hrærið þar til blandan festist saman.
c) Þrýstið molunum varlega jafnt á botninn á tilbúnu pönnunni. Notaðu fingurna eða flatbotna gler til að hjálpa til við að þrýsta skorpunni á sinn stað. Settu skorpuna inn í frysti á meðan þú gerir fyllinguna.

OSTAKAKA

d) Í miðlungs örbylgjuþolinni skál, bræðið súkkulaðibitana á miklum krafti, hrærið á 30 sekúndna fresti, þar til þær eru sléttar og alveg bráðnar. Látið kólna aðeins.

e) Í skálinni með hrærivél, þeytið rjómaostinn þar til hann er sléttur. Bætið ¾ bolla (144 g) kornsykri út í og haltu áfram að þeyta. Bætið eggjunum út í, einu í einu, þeytið í 1 mínútu og skafið niður hliðar skálarinnar eftir hverja viðbót. Þeytið sýrða rjómann og vanilluna út í þar til það hefur blandast að fullu saman.

f) Með hrærivélinni á lágum hraða, bætið rólega kældu bræddu súkkulaðinu út í. Blandið alveg saman við.

g) Hellið fyllingunni í tilbúna skorpu. Bankaðu á fatið á borðið til að fjarlægja loftbólur.

h) Settu grind í botninn á innri pottinum á hraðsuðupottinum og bættu vatninu við.

i) Vefjið botninum á springforminu þétt inn í álpappír. Sprautaðu álpappír létt með nonstick matreiðsluúða og settu (úðahlið niður) yfir ostakökuna. Notaðu álpappír til að lækka pottinn niður á grindina.

j) Lokaðu og læstu lokinu og vertu viss um að gufulosunarhnappurinn sé í þéttingarstöðu. Eldið við háþrýsting í 56 mínútur. Þegar því er lokið skaltu nota hraðsleppingu með því að snúa losunarhnappinum í útblástursstöðu og sleppa allri gufunni. Þegar flotpinninn fellur skaltu opna lokið og opna það varlega. Ýttu á Hætta við.

k) Notaðu álpappírinn og færðu ostakökuna varlega á vírkæligrind. Eftir 1 klukkustund skaltu fjarlægja álpappírinn og renna þunnum hníf um brúnir ostakökunnar til að losa hana af pönnunni.

l) Hyljið með plastfilmu og setjið í kæli í að minnsta kosti 8 klukkustundir eða yfir nótt, þar til það er alveg stíft.

m) Skerið í 8 sneiðar og berið fram með sælgætissykri yfir.

68. Japönsk ostakaka

Gerir: 1 köku

HRÁEFNI:

- 200 g hvítt súkkulaði
- 150 g af crème fraîche
- 3 egg

LEIÐBEININGAR:

a) Skiljið eggin að og setjið eggjahvíturnar í frysti.
b) Skerið súkkulaðið í litla bita og bræðið það í tvöföldum katli. Látið súkkulaðið kólna aðeins.
c) Blandið eggjarauðunum og crème fraîche út í. Hrærið þar til kremkenndur massi hefur myndast.
d) Takið eggjahvítuna úr frystinum, þeytið henni út í eggjahvíturnar og blandið henni varlega saman við massann.
e) Setjið deigið í springform og bakið við 180°C í mínútur. Lækkið þá hitann í 150°C og bakið í 15 mínútur í viðbót.
f) Látið að lokum hvíla í 15 mínútur í slökktum ofni.

69. Grasker ostakaka

Gerir: 1 ostaköku

HRÁEFNI:
- 1 ½ bolli muldar engiferkökur
- 1 matskeið brætt smjör
- 2 blokkir af rjómaosti (16 aura samtals) við stofuhita
- ½ bolli graskersmauk
- 1 matskeiðar hveiti
- ¼ bolli hlynsíróp
- ¼ bolli púðursykur
- 1 tsk graskerskrydd
- 2 egg (stofuhita)

LEIÐBEININGAR:
a) Í skál blandið saman engifersnap og smjöri. Setja til hliðar.
b) Í lausu botni (eða springformi) línu með smjörpappír. Hellið mulinni engiferblökublöndu á pönnuna og fletjið hana út með flatbotni. Sett í kæli til að stífna.
c) Í annarri skál blandið rjómaosti, graskersmauki, hveiti, hlynsírópi, púðursykri og graskerskryddi saman þar til það er slétt. Næst skaltu blanda eggi, einu í einu og hræra þar til það hefur blandast saman. Endið með spaða. Hellið í tilbúið kökuform og hyljið með filmu.
d) Í fjölpottinn, bætið 1 bolla af vatni og setjið ostakökupönnuna í borðið. Látið ofan í innri pottinn og lokaðu lokinu. Færðu þrýstimælirinn til að þétta og kveiktu á kökuaðgerðinni í 30 mínútur.
e) Þegar það er búið, slepptu því hratt og opnaðu lokið í nokkrar mínútur til að losa restina af gufunni. Slökktu á vélinni og lokaðu lokinu.
f) Látið það lækka náttúrulega í klukkutíma og fjarlægið ostakökuna. Setjið í kæli í að minnsta kosti 4-5 klukkustundir til að kólna. Njóttu!

70. Pumpkin Patch ostakaka

Gerir: 12

Hráefni:

- 1 (16,6 únsu) pakki af appelsínurjómafylltum súkkulaðisamlokukökum
- 4 matskeiðar smjör, brætt
- 3 (8 aura) pakkar af rjómaosti, mildaður
- 1-¼ bollar sykur, skipt
- 4 egg
- 2 tsk vanilluþykkni, skipt
- 1 (16 aura) ílát af sýrðum rjóma
- 5 dropar af rauðum matarlit
- 10 dropar af gulum matarlit

LEIÐBEININGAR:

a) Forhitaðu ofninn í 350 gráður F. Settu 23 smákökur í plastpoka sem hægt er að loka aftur. Notaðu kökukefli, myldu smákökur og settu síðan mola í meðalstóra skál með smjörinu; blandið vel og dreifið síðan blöndunni í botninn á 10 tommu springformi. Kældu þar til tilbúið er að fylla.

b) Í stórri skál, með rafmagnsþeytara á meðalhraða, þeytið rjómaost og 1 bolla sykur þar til rjómakennt. Bætið eggjum út í einu í einu, þeytið vel eftir hverja viðbót, bætið svo 1 tsk af vanillu út í og blandið vel saman.

c) Setjið 2 smákökur til hliðar til að skreyta og brjótið síðan upp þær 8 sem eftir eru. Hrærið kexbitum í rjómaostablönduna og hellið síðan í skorpuna.

d) Bakið í 55 til 60 mínútur, eða þar til það er stíft. Takið úr ofninum og látið kólna í 5 mínútur.

e) Á meðan, í meðalstórri skál, með skeið, hrærið saman sýrðum rjóma, afganginum af sykri og vanillu, og matarlitnum þar til það hefur blandast vel saman. Dreifið sýrðum rjómablöndunni varlega ofan á ostakökuna og bakið síðan í 5 mínútur í viðbót.

f) Látið kólna og kælið síðan yfir nótt eða að minnsta kosti 8 klukkustundir. Skreytt graskersandlitið með fráteknum 2 smákökum.

g) Berið fram strax, eða hyljið þar til tilbúið er til framreiðslu

71. Graskerbaka ostakökuskálar

Gerir: 4

Hráefni:
- 4 aura rjómaostur, mildaður
- 1 bolli hrein grísk jógúrt, auk meira fyrir álegg
- 1 bolli graskersmauk
- ¼ bolli hlynsíróp
- 1 tsk vanilluþykkni
- 2 tsk malaður kanill
- 1 tsk malað engifer
- ½ tsk malaður múskat
- Fínt sjávarsalt
- 1 bolli granóla
- Ristað graskersfræ
- Saxaðar pekanhnetur
- Granatepli arils
- Kakóhnífar

LEIÐBEININGAR:
a) Bætið rjómaosti, jógúrt, graskersmauki, hlynsírópi, vanillu, kryddi og klípu af salti í skál matvinnsluvélar eða blandara og vinnið þar til slétt og rjómakennt. Flyttu í skál, loku og kældu í kæli í að minnsta kosti 4 klukkustundir.
b) Til að bera fram, skiptið granólunni í eftirréttskálar. Toppið með graskerblöndunni, ögn af grískri jógúrt, graskersfræjum, pekanhnetum, granateplum og kakóhnetum.
c) Bætið farro, 1¼ bolla (295 ml) af vatni og ríflegri klípu af salti í meðalstóran pott. Látið suðuna koma upp, lækkið hitann í lágan, lokið á og látið malla þar til farróið er mjúkt með örlítilli tyggingu, um það bil 30 mínútur.
d) Blandið sykrinum, 3 msk (45 ml) af vatni sem eftir eru, vanillustöng og fræ og engifer saman í litlum potti við meðalháan hita. Látið suðuna koma upp, þeytið þar til sykurinn

leysist upp. Takið af hellunni og látið malla í 20 mínútur. Á
meðan, undirbúið ávextina.

e) Skerið endana af greipaldininu. Setjið á flatt vinnuborð, klippt
með hliðinni niður. Notaðu beittan hníf til að skera burt hýði og
hvíta börkinn, fylgdu feril ávaxtanna, ofan frá og niður. Skerið á
milli himnanna til að fjarlægja hluta ávaxtanna. Endurtaktu
sama ferli til að afhýða og hluta blóðappelsínuna.

f) Fjarlægðu og fargaðu engiferinu og vanillustönginni úr sírópinu.
Til að bera fram, skiptið farro á skálar. Raðið ávöxtunum efst á
skálina, stráið granateplum yfir og dreypið síðan engifer-
vanillusírópi yfir.

72. **Mini Monster ostakökur**

Gerir: 24 litlar ostakökur

Hráefni:

- 24 appelsínurjómafylltar súkkulaðisamlokukökur
- 3 (8 aura) pakkar af rjómaosti, mildaður
- ¼ bolli smjör brætt 2
- teskeiðar vanilluþykkni
- 14 aura dós af sætri þéttri mjólk
- 3 egg

LEIÐBEININGAR:

a) Forhitaðu ofninn í 300 gráður F. Línu 24 muffinsbollar af venjulegri stærð með pappírsbökunarbollum.

b) Setjið kex í botninn á hverjum pappírsbolla.

c) Í stórri skál, með rafmagnsþeytara á meðalhraða, þeytið rjómaost, smjör og vanillu þar til rjómakennt. Bætið sykruðu niðursoðnu mjólkinni rólega út í og síðan eggjunum þar til það hefur blandast vel saman. Setjið deigið með skeið í bökunarbollar þar til það er næstum fullt.

d) Bakið í 25 til 30 mínútur, eða þar til stíft. Kælið alveg og geymið síðan í kæli þar til tilbúið er til framreiðslu.

73. <u>Einstakar Key Lime ostakökur</u>

Gerir: 6 stakar ostakökur

HRÁEFNI:
FYRIR SKORPAN
- 1¼ bollar malaðar glútenfríar smákökur
- 1½ tsk púðursykur
- 2 matskeiðar ósaltað smjör, brætt Klípa af salti

FYRIR ostakökuna
- 8 aura af rjómaosti, við stofuhita
- 1 matskeið maíssterkju
- ⅓ bolli kornsykur
- Klípa af salti
- 1 msk Key lime safi
- ¼ bolli sýrður rjómi, við stofuhita
- 1 tsk glútenlaus vanilluþykkni
- 1 msk fínt rifinn Key lime börkur, auk meira til að skreyta
- 1 stórt egg, við stofuhita
- 1½ bolli vatn
- Þeyttur rjómi, til skrauts

LEIÐBEININGAR:
SKORPU
a) Sprautaðu létt að innan í sex 4-aura (115 g) múrkrukkum með eldunarúða.
b) Blandið muldum smákökum, púðursykri, smjöri og salti í litla skál. Skiptu kexblöndunni jafnt á milli mason krukkanna. Þrýstu smákökubotninum varlega að botni glösanna.

OSTAKAKA
c) Í meðalstórri blöndunarskál, þeytið rjómaostinn með handþeytara á lágum hraða þar til hann er sléttur. Í lítilli blöndunarskál, blandaðu saman maíssterkju, kornsykri og salti.

Bætið sykurblöndunni út í rjómaostinn og þeytið þar til það er rétt innlimað. Skafið niður hliðar skálarinnar með spaða.

d) Bætið límónusafa, sýrðum rjóma, vanillu og lime-safa út í rjómaostablönduna. Þeytið þar til það kemur bara saman. Bætið egginu við; hrærið þar til það er bara blandað saman. Ekki ofblanda.

e) Skiptið ostakökudeiginu jafnt á milli krukkanna. Bankaðu krukkunum létt á borðið til að losa allar stórar loftbólur.

f) Bætið vatninu í botninn á innri pottinum. Settu grind í pottinn. Settu fylltu krukkurnar á grindina, gætið þess að hliðar krukkanna snerti ekki hvor aðra né hliðar pottsins. Þú ættir að geta sett fimm í kringum brúnirnar og hafa pláss fyrir eina krukku í miðjunni. Settu létt stórt álpappír yfir allar krukkurnar.

g) Lokaðu og læstu lokinu og vertu viss um að gufulosunarhnappurinn sé í þéttingarstöðu. Eldið við háþrýsting í 4 mínútur. Þegar eldunartímanum er lokið, leyfðu því að sleppa náttúrulega í 10 mínútur, færðu síðan hnappinn í loftræstistöðuna og slepptu öllum gufu sem eftir er.

h) Þegar flotpinninn fellur skaltu opna lokið og opna það varlega. Ýttu á Hætta við.

i) Fjarlægðu álpappírinn og dragðu í þig þéttingu á yfirborði ostakakanna með því að þvo þær varlega með pappírshandklæði.

j) Látið ostakökurnar kólna inni í pottinum í 30 mínútur, takið þær síðan á kæligrindi og látið þær kólna þar til þær ná stofuhita.

k) Setjið plastfilmu yfir ostakökurnar og setjið þær í kæliskáp í að minnsta kosti 6 til 8 klukkustundir, helst yfir nótt.

l) Berið fram skreytt með þeyttum rjóma og viðbótar lime-berki.

74. Pappakassi Ofn ostakaka

Gerir: 4 skammta

HRÁEFNI:
- 2 (8 aura) Pakkar af rjómaosti
- ½ bolli sykur
- 1 tsk vanillu
- 1 eggjarauða
- 2 dósir af hálfmánarúllum
- 1 eggjahvíta

LEIÐBEININGAR:
a) Blandið fyrstu 4 hráefnunum saman.
b) Opnaðu 1 dós af hálfmánarúllum. Klípið saumana saman og notaðu kökukefli til að dreifa þeim á kökuplötu.
c) Setjið fyllingu yfir hálfmána rúlluskorpuna, skilið eftir ½ tommu við brúnirnar.
d) Opnaðu aðra dósina af hálfmánarúllum og klíptu í saumana.
e) Fletjið út á borðið, í sömu stærð og kökupappírinn. Leggið yfir fyllingu.
f) Notaðu gaffal til að loka brúnirnar.
g) Þeytið eggin hvít þar til þau eru froðukennd. Penslið ofan á.
h) Bakið í pappakassaofni í 30 mínútur við 350 gráður.

75. Lágkolvetna lykillime ostakökur

Gerir: 4 skammta

HRÁEFNI:
OSTAKÖKUSKORPA
- ½ bolli makadamíuhnetur
- ½ bolli möndlumjöl
- ¼ bolli kalt smjör
- ¼ bolli Erythritol
- 1 stór eggjarauða

LYKILKALKFYLLING
- 6 aura rjómaostur
- ¼ bolli smjör
- ¼ bolli NÚNA Erythritol
- ¼ tsk fljótandi Stevia
- 1-2 matskeiðar Key Lime Safi
- 2 stór egg
- Zest af 2 Key Limes

LEIÐBEININGAR:
a) Forhitaðu ofninn þinn í 350F. Bætið ½ bolli af macadamia hnetum í matvinnsluvél.
b) Myljið hneturnar í gróft máltíðarsamkvæmni og bætið síðan ¼ bolla af NOW erythritol út í.
c) Púlsaðu í smá stund og bætið svo möndlumjölinu út í.
d) Púlsaðu aftur þar til allt hefur blandast saman.
e) Settu ¼ bolla af köldu smjöri í tening og bættu því í matvinnsluvélina. Púlsaðu aftur þar til blandan byrjar að klessast.
f) Bætið 1 eggjarauðu út í og pússið aftur þar til allt deigið kekkist.
g) Takið deigið úr matvinnsluvélinni og hnoðið það saman með höndunum.

h) Notaðu nokkur sílikon bollakökuform til að fylla holurnar um ⅛ til ¼ af leiðinni fullar. Þetta fer eftir því hversu þykk þú vilt skorpuna þína. Ef þú gerir skorpuna þunna geturðu búið til fleiri ostakökubollur.

i) Bakið skorpuna í 5-7 mínútur við 350F. Þær ættu ekki að vera brúnaðar þegar þær eru teknar út, þær verða feitar og lítt eldaðar.

j) Á meðan skorpan er að elda skaltu slá saman 1 blokk af rjómaosti (8 aura) og ¼ bolla af smjöri.

k) Þegar smjörið og rjómaosturinn hefur blandast saman skaltu bæta við 2 eggjunum og hræra aftur.

l) Bætið ¼ bolli NÚNA af erýtrítóli og ¼ teskeið af fljótandi steviu og blandið síðan aftur.

m) Bætið að lokum við börknum af um 2 lykillímónum og safanum úr 2 (þetta eru um 2 matskeiðar af safa). Blandið aftur þar til það hefur blandast að fullu saman.

n) Þegar skorpurnar eru komnar úr ofninum, látið þær kólna í 3-5 mínútur og hellið svo blöndunni í formin. Fylltu þær svo þær skilji eftir pláss efst því þær lyftast þegar þær eldast og geta hellst yfir.

o) Bakið ostakökurnar í 30-35 mínútur við 350F.

p) Kældu ostakökurnar í 20-30 mínútur og geymdu þær svo í ísskáp yfir nótt.

q) Bætið smá auka lime-safa yfir toppinn og berið fram!

76. Kotasæla ostakaka

Gerir: 8

HRÁEFNI:
FYRIR SKORPA
- ¼ bolli hart smjörlíki, brætt
- 1 bolli fituskert graham cracker mola
- 2 matskeiðar hvítur sykur
- ¼ matskeið kanill

FYRIR KÖKU
- 2 bollar fituskertur kotasæla, maukaður
- 3 matskeiðar alhliða hveiti
- 1 tsk vanilluþykkni
- 2 egg
- ⅔ bolli hvítur sykur

LEIÐBEININGAR:
a) Gerðu ofninn tilbúinn með því að forhita hann í 325 gráður á Fahrenheit.
b) Blandið saman bræddu smjörlíki, graham cracker mola, sykri og kanil.
c) Fylltu 10 tommu springforma pönnu hálfa leið með skorpublöndunni.
d) Blandið mjúka kotasælunni, mjólk, eggjum, hveiti, vanillu og sykri þar til það er vel blandað saman.
e) Hellið blöndunni í bökubotninn.
f) Bakið í 60 mínútur í ofni.

77. Óbakað graskersskorpa ostakaka

Gerir: 2 skammta

HRÁEFNI:
FYRIR SKORPAN
- Keypt graskerskorpa

FYRIR FYLLINGU
- 6 aura af rjómaosti
- ⅓ bolli graskersmauk
- 2 matskeiðar sýrður rjómi
- ¼ bolli Heavy Cream
- 3 matskeiðar Smjör
- ¼ tsk Graskerbökukrydd
- 25 dropar af Liquid Stevia

LEIÐBEININGAR:
a) Settu deigið í mini tertuformin þín.
b) Blandið öllu fyllingarefninu með blandara og geymið í kæli.
c) Eftir um 5 klukkustundir, sneið, og toppið með þeyttum rjóma.

78. Engin baka blandaða berja yuzu ostakaka

Gerir: 6

Hráefni
SKORPU:

- 1 ½ Graham mola
- 4 matskeiðar brætt smjör

Sítrónu ostakökufylling:

- 16 aura rjómaostur, stofuhiti
- ½ bolli sýrður rjómi
- 1 msk mjólk
- 1 tsk vanilluþykkni
- 1 bolli hollur lífrænn duftformi
- yuzu zest
- 1 matskeið yuzu safi

HINBERBERJASÓSA

- 2 matskeiðar hollur lífrænn reyrsykur
- 1 matskeið yuzu safi
- 1 bolli blönduð ber
- Álegg: Þeyttur rjómi, ferskur sítrónubátur og hindber

LEIÐBEININGAR:
TIL AÐ GERÐA SKORPA:

a) Í skál, bætið graham mola með bræddu smjöri. Blandið vel saman og setjið til hliðar.

TIL AÐ GERA Sítrónu ostakökufyllinguna:

b) Í skál skaltu bæta við rjómaosti, sýrðum rjóma, mjólk og vanilluþykkni.

c) Blandið á háu með handþeytara þar til slétt.

d) Bætið flórsykri, yuzu-berki og yuzu-safa út í og blandið aftur.

e) Skafið skálina niður og bætið svo í pípupoka.

TIL AÐ BÚA TIL HINBERBERJASÓSU:

f) Bætið sykri, yuzu safa og ferskum hindberjum í meðalstóran pott.

g) Blandið saman og eldið á meðalhita þar til hindberin losa safa og sósan þykknar.

h) Taktu af hitanum og láttu það kólna alveg.

SAMSETNING:

i) Í 4 aura mason krukku, bætið við 2-3 matskeiðum af graham skorpublöndunni og þjappið niður.

j) Pípið síðan ostakökublönduna út í.

k) Hristið krukkuna til að fletja út ostakökublönduna.

l) Bætið við skeið af hindberjasósu og toppið með þeyttum rjóma, sítrónubátum og hindberjum. Njóttu!

79. Ostakaka bollakökur

Gerir: 12 skammta

HRÁEFNI:
- 12 Gingersnap smákökur
- 8 aura af fituskertum rjómaosti
- ¼ bolli sykur
- 1 tsk vanilluþykkni
- 6 aura af fitulausri vanillu gráskri jógúrt
- 2 tsk appelsínubörkur
- 2 eggjahvítur
- 1 matskeið alhliða hveiti

LEIÐBEININGAR:
a) Gerðu ofninn tilbúinn með því að forhita hann í 350 gráður á Fahrenheit. Í 12 bolla muffins pönnu, raða bollakökufóður.
b) Í hverja bollakökufóðringu skaltu setja einn engifer.
c) Notaðu rafmagnshrærivél, þeytið rjómaost, sykur og vanillu þar til það er slétt.
d) Þeytið saman jógúrt, appelsínubörkur, eggjahvítur og hveiti í sérstakri skál þar til það er varla blandað saman.
e) Hellið helmingnum af deiginu í muffinsform.
f) Bakið í 20-25 mínútur þar til það er næstum stíft í miðjunni.
g) Geymið í kæli í að minnsta kosti 1 klukkustund eftir kælingu niður í stofuhita. Berið fram.

80. Custard Cup ostakökubollur

Gerir: 16 skammta

HRÁEFNI:
- 3 pakkar 8 oz rjómaostur
- 1 bolli Sykur
- 1 matskeið Vanilla
- 3 egg
- 1 bolli sýrður rjómi
- Custard bollar

LEIÐBEININGAR:
a) Látið rjómaost liggja út til að mýkjast. Þeytið þar til mjúkt með sykri og vanillu. Bætið eggjum út í, einu í einu, þeytið hátt. Blandið sýrðum rjóma saman við.
b) Gerir meira en það sem 9" graham cracker skorpa geymir, svo fylltu hana upp að barmi og bakaðu síðan afganginn í vanilósabollum.
c) Bakið við 350F í 30-35 mínútur, eða þar til skorpan er gullinbrún og tannstöngullinn kemur hreinn út.

81. Ostakökustangir

Gerir: 6 skammta

HRÁEFNI:
SKORPU
- 1¼ bolli graham mola kex
- ¼ bolli sykur

FYLLING
- 2 bollar rjómaostur
- 4 matskeiðar mjólk
- 1 bolli sykur
- 2 egg
- 2 matskeiðar sítrónusafi
- 1 tsk vanillu

LEIÐBEININGAR:
SKORPU
a) Blandið saman og þrýstið vel á botninn á 13 x 9 pönnu.
b) Pantaðu eitthvað fyrir álegg.
c) Bakið í 8 mínútur við 350 gráður F.

FYLLING
d) Blandið hráefninu saman og dreifið þeim ofan á bökuðu skorpuna.
e) Stráið afganginum af mola ofan á.
f) Bakið í 20 mínútur við 350 gráður F.
g) Kælið og frystið vel.

82. Grasker ostakökustangir

Gerir: 2 tugi

HRÁEFNI:

- 16 aura punda kökublöndu
- 3 egg, skipt
- 2 msk smjörlíki, brætt og aðeins kælt
- 4 tsk graskersbökukrydd, skipt
- 8 aura pakki rjómaostur, mildaður
- 14 aura dós af sætri þéttri mjólk
- 15 aura dós grasker
- ½ tsk salt

LEIÐBEININGAR:

a) Í stórri skál, blandaðu saman þurrkökublöndu, einu eggi, smjörlíki og 2 teskeiðar af graskersbökukryddi; blandið saman þar til það er molað. Þrýstið deiginu í smurt 15"x10" hlauprúlluform. Þeytið rjómaost í sérstakri skál þar til hann verður loftkenndur.

b) Þeytið þétta mjólk, grasker, salt og afganginn af eggjum og kryddi út í. Blandið vel saman; dreift yfir skorpu.

c) Bakið við 350 gráður í 30 til 40 mínútur.

d) Kaldur; kælið áður en það er skorið í stangir.

83. Frosnar súkkulaði hnetusmjör ostakökusprengjur

Gerir: 12

HRÁEFNI:
- 6 aura af rjómaosti
- ⅓ bolli Náttúrulegt rjómalagt hnetusmjör
- 2 matskeiðar af Xylitol
- 1 teskeið af vanilluþykkni
- 1 klípa af 1 bolla af Heavy Cream
- ⅛ matskeiðar af Xanthan Gum
- 3 stangir af Double Chocolate Crunch Bar, Snakkkaramellu

LEIÐBEININGAR:
a) Til að gera rjómaostinn rjómakennt skaltu nota hrærivél sem er stilltur á meðalhraða til að þeyta mjúka rjómaostinn.
b) Blandið saman duftformi sykuruppbótar, hnetusmjöri og vanillu í blöndunarskál þar til það hefur blandast vel saman.
c) Bætið við 1 bolla af þungum rjóma og ¼ teskeið af xantangúmmíi og þeytið þar til blandan er létt og dúnkennd í áferð.
d) Búðu til þrjá hluta úr Atkins stöngunum með því að skera þá langsum og gróftsa. Notaðu 2 matskeiðar ausu á vaxpappír sem hefur verið hentuglega húðaður með bökunarplötu, blandaðu hráefninu saman við blönduna.
e) Sett í frysti þar til það er alveg frosið.

84. **Hindberjaostakökutrufflur**

Gerir: 10

HRÁEFNI:
- 2 matskeiðar Heavy Cream
- 8 aura af rjómaosti, mildaður
- ½ bolli duftformi
- Klípa af sjávarsalti
- 1 tsk Vanillu Stevia
- 1 ½ tsk hindberjaþykkni
- 2-3 dropar af náttúrulegum rauðum matarlit
- ¼ bolli kókosolía, brætt
- 1 ½ bolli súkkulaðibitar, sykurlausar

LEIÐBEININGAR:
a) Til að byrja skaltu nota hrærivél til að blanda rjómaostinum og rjómaostinum vandlega saman þar til það er rjómakennt.
b) Blandið rjóma, hindberjaþykkni, stevíu, salti og matarlit saman í stóra blöndunarskál.
c) Vertu viss um að allt sé vel samsett.
d) Bætið kókosolíu út í og blandið á háu þar til allt hefur blandast vel saman.
e) Ekki gleyma að skafa niður hliðarnar á skálinni eins oft og þú þarft að klára. Leyfðu því að standa í kæli í eina klukkustund. Hellið deiginu í kökusköku sem er um ¼ tommu í þvermál og síðan á bökunarplötu sem hefur verið útbúin með bökunarpappír.
f) Frystu þessa blöndu í klukkutíma og húðaðu hana síðan með bræddu súkkulaði til að klára hana! Það ætti að setja í kæli í aðra klukkustund til að stífna áður en það er borið fram.

85. Smákökur & rjómaostakökubitar

Gerir: 8

HRÁEFNI:
KÖKKUGRUNNUR:
- ½ bolli möndlumjöl
- 4 matskeiðar kakóduft
- ½ tsk vanilluþykkni
- 1 tsk lyftiduft
- 1 egg
- 1 msk kókosolía eða skýrt smjör

Rjómaosturfylling:
- ½ bolli möndlusmjör
- 1 bolli rjómaostur
- ¼ tsk vanilluþykkni
- Klípa af vanillubaunamauki

LEIÐBEININGAR:
FYRIR DEIGIÐ:
a) Hitið ofninn í 180 gráður á Celsíus.
b) Blandið saman möndlumjöli, kakói, vanilluþykkni, salti og lyftidufti í meðalstórri skál.
c) Blandið egginu og kókosolíu saman í stóra hrærivélarskál þar til það hefur blandast vel saman.
d) Takið kexið út og leggið á bökunarplötu klædda bökunarpappír.
e) Bakið í 12 til 15 mínútur eða þar til það er stökkt.

FYRIR FYLLINGU:
f) Blandið öllu hráefninu saman í skálina með hrærivél og þeytið þar til slétt.
g) Bætið helmingnum af mulnu kexinu út í.
h) Öku af ostakökufyllingu með skeið og settu ofan á kökumolana sem eftir eru.
i) Gakktu úr skugga um að rjómaostbitinn sé alveg þakinn kexinu með því að rúlla því upp. Settu þær í frysti.

86. Air Fryer ostakökubitar

Gerir: 12

HRÁEFNI:
- 200 g rjómaostur
- ½ bolli Natvia
- 1 tsk vanilluþykkni
- ½ bolli möndlumjöl

LEIÐBEININGAR:
a) Forhitið loftsteikingarvélina í 180ºC í 3 mínútur.
b) Skerið rjómaostinn í teninga og setjið í skál.
c) Bætið Natvia (geymið 2 matskeiðar til seinna) og vanillu saman við og blandið þar til það er gott og slétt. Kælið í 15 mínútur.
d) Rúllið í 16 jafnstórar kúlur.
e) Blandið möndlumjölinu saman við 2 matskeiðar af Natvia í lítilli skál.

87. Graskerbaka ostakökuterta

Gerir: 1

HRÁEFNI:
SKORPAN
- ¾ bolli möndlumjöl
- ½ bolli hörfræmjöl
- ¼ bolli smjör
- 1 tsk graskersbökukrydd
- 25 dropar Liquid Stevia

FYLLINGIN
- 6 aura af vegan rjómaosti
- ⅓ bolli graskersmauk
- 2 matskeiðar sýrður rjómi
- ¼ bolli Vegan Heavy Cream
- 3 matskeiðar smjör
- ¼ teskeiðar Graskerbakakrydd
- 25 dropar Liquid Stevia

LEIÐBEININGAR:
a) Blandið saman öllum þurrefnunum í skorpunni og hrærið vel.
b) Blandið saman þurrefnunum með smjöri og fljótandi stevíu þar til deig myndast.
c) Fyrir litla tertuformin þín skaltu rúlla deiginu í litla kúlur.
d) Þrýstu deiginu að hliðinni á tertuforminu þar til það nær og fer upp með hliðunum.
e) Blandið öllum innihaldsefnum fyllingarinnar saman í blöndunarskál.
f) Blandið innihaldsefnunum í fyllinguna með því að nota blöndunartæki.
g) Þegar fyllingarefnin eru orðin slétt skaltu dreifa þeim í skorpuna og kæla.
h) Takið úr ísskápnum, sneiðið og toppið með þeyttum rjóma ef vill.

88. Amaretto ostakökutertur

Gerir: 24 skammta

HRÁEFNI:
- ⅓ bolli Sólblómafræ eða möndlur fínmalaðar
- 8 aura af rjómaosti
- 1 egg
- ⅓ bolli Ósykrað rifin kókos
- 2 matskeiðar hunang
- 2 matskeiðar Amaretto líkjör

LEIÐBEININGAR:
a) Klæddu bollana af tveimur muffinsformum með pappírsfóðrum (einn tugur hvert). Sameina sólblómafræ og kókos. Setjið 1 teskeið af þessari blöndu í hverja fóður.
b) Þrýstið niður með bakinu á skeið til að hylja botnana.
c) Forhitið ofninn í 325F.
d) Til að gera fyllinguna, skerið rjómaostinn í 8 kubba og blandið saman við egg, hunang og Amaretto í matvinnsluvél, blandara eða hrærivélarskál þar til það er slétt og rjómakennt.
e) Setjið matskeið af fyllingunni í hvern tertubolla og bakið í 15 mínútur

89. Ostakökuís

Gerir: 1 pint

HRÁEFNI:
- 1 gelatínblaða
- 1 bolli mjólk
- ½ skammtur fljótandi ostakaka
- 1 matskeið sýrður rjómi
- ½ bolli Graham Crust
- ¼ bolli mjólkurduft
- ½ tsk kosher salt

LEIÐBEININGAR:
a) Blómaðu gelatínið.
b) Hitið smá af mjólkinni og blandið gelatíninu út í til að leysast upp.
c) Færið matarlímsblönduna yfir í blandara, bætið afganginum af mjólkinni, fljótandi ostakökunni, sýrðum rjóma, grahamskorpu, mjólkurdufti og salti út í og maukið þar til það er slétt og jafnt.
d) Hellið ísbotninum í gegnum fínmöskju sigti í ísvélina og frystið samkvæmt leiðbeiningum framleiðanda.

90. <u>Ostakaka Sherbet</u>

Gerir: 8 skammta

HRÁEFNI:
- 1 bolli kornsykur
- 2 bollar súrmjólk
- 1 tsk rifinn sítrónubörkur
- ¼ bolli sítrónusafi

LEIÐBEININGAR:
a) Blandið öllu hráefninu þar til sykurinn er uppleystur.
b) Hellið í 1-litra ísfrysti.
c) Frystið samkvæmt leiðbeiningum framleiðanda.

91. Ostakökuísuppskrift

Gerir: 6 skammta

HRÁEFNI:

- 4 aura rjómaostur við stofuhita4 aura rjómaostur við stofuhita
- ¼ bolli vatn
- ¼ bolli Swerve sælgæti
- 1 ½ tsk hreint vanilluþykkni
- ¼ tsk ferskur sítrónusafi
- 10 dropar fljótandi stevía
- ¾ bolli þungur þeyttur rjómi

LEIÐBEININGAR:

a) Þeytið saman rjómaostinn, vatnið, Swerve Confectioners, vanillu, ferskan sítrónusafa og fljótandi stevíu þar til slétt er í stórri skál.

b) Þeytið þungan rjómann að stífum toppum í miðlungs skál.

c) Þeytið ¼ af þeyttum rjómanum út í rjómaostablönduna þar til það er slétt. Notaðu gúmmíspaða til að brjóta afganginn af þeyttum rjómanum saman við ¼ í einu.

d) Hellið blöndunni varlega í 9 tommu brauðform, leggið plastfilmu beint ofan á og frystið þar til hún er nógu stíf til að hægt sé að ausa hana, að minnsta kosti 4 klukkustundir eða allt að 2 vikur.

92. Bláberjaostakökuís

Gerir: 12 skammta

HRÁEFNI:
- 12 oz rjómaostur, stofuhita
- ½ msk salt
- 1 bolli ósykrað möndlumjólk, stofuhita
- ¼ bolli mascarpone, stofuhita
- 2 matskeiðar vanillu
- 1 msk sítrónuþykkni eða safi
- ¼ bolli sýrður rjómi, stofuhita
- 1 bolli Swerve sætuefni
- 1 bolli bláber

LEIÐBEININGAR
a) Undirbúðu og settu saman hráefnin þín. Ef þú mælir með fyrirsætu skaltu forfrysta ísvélarblöndunarskálina í að minnsta kosti 24 klukkustundir. Rjómaostur, mascarpone, möndlumjólk og sýrður rjómi ættu að vera við stofuhita.
b) Blandið rjómaosti saman í hrærivél með spaðafestingu þar til hann er sléttur. Skafa niður skálina reglulega
c) Bætið við sykri og salti á meðan hrærivélin er í gangi og blandið þar til hráefnin eru sameinuð og slétt. Bætið mascarpone út í og blandið þar til blandan er orðin slétt.
d) Bætið rólega við mjólk, vanillu, sítrónu og sýrðum rjóma.
e) Hellið blöndunni í skál og kælið í ísskáp í að minnsta kosti 2 klukkustundir eða yfir nótt. Það verður að vera vel kælt.
f) Saxið bláber í matvinnsluvél eða grófsaxið með hníf. Blanda sem er að hluta chunky og að hluta til smooshed er fullkomin. Kældu bláber í kæliskáp í að minnsta kosti 2 klukkustundir eða yfir nótt.
g) Fylgdu leiðbeiningum framleiðanda til að búa til ís. Líkanið sem við notuðum kemur með frosinni skál sem er forfryst í 24 klukkustundir í frysti. Ekkert salt og ís þarf.

h) Settu upp ísvélina þína í samræmi við leiðbeiningar framleiðanda og kveiktu á honum. Hellið blöndunni í frosna frystiskálina og blandið þar til hún byrjar að þykkna um það bil 10 til 15 mínútur.

i) Bætið bláberjum út í og haltu áfram að blanda í 5 til 10 mínútur í viðbót þar til ísinn byrjar að frjósa og hefur mjúka rjóma áferð. Flyttu ísinn yfir í loftþétt ílát og frystaðu í nokkrar í viðbót þar til hann er kominn í þann þykkt sem þú vilt.

j) Þegar þú ert tilbúinn að borða leyfðu ísnum að mýkjast á borðinu (ef þarf), ausaðu hann upp og njóttu!

93. Epli-ostur ís

Gerir: 6

HRÁEFNI:
- 5 eldunarepli, afhýdd og kjarnhreinsuð
- 2 bollar kotasæla, skipt
- 1 bolli hálf-og-hálfur, skipt
- ½ bolli eplasmjör, skipt
- ½ bolli kornsykur, skipt
- ½ tsk malaður kanill
- ¼ tsk malaður negull
- 2 egg

LEIÐBEININGAR:

a) Skerið epli í ¼-tommu teninga; setja til hliðar. Í blandara eða matvinnsluvél skaltu blanda saman 1 bolla kotasælu, ½ bolli hálf-og-hálfur, ¼ bolli eplasmjör, ¼ bolli af sykri, kanil, negul og eitt egg.

b) Blandið þar til slétt. Hellið í stóra skál.

c) Endurtaktu með kotasælunni sem eftir er, hálft og hálft, eplasmjör og egg. Blandið saman við áður maukaða blönduna. Hrærið söxuðum eplum saman við.

d) Hellið í ísdós. Frystið í ísvélinni samkvæmt leiðbeiningum framleiðanda.

94. Kirsuberjaostakökuís

Gerir: 1½ lítra

HRÁEFNI:

- 3 aura rjómaostur, mildaður
- 1 (14 únsu) dós af sykruðu þéttri mjólk
- 2 bollar hálf-og-hálfur
- 2 bollar þeyttur rjómi
- 1 matskeið vanilluþykkni
- ½ tsk möndluþykkni
- 10 aura maraschino kirsuber, tæmd og hakkað

LEIÐBEININGAR:

a) Í stórri hrærivélarskál, þeytið rjómaostinn þar til hann verður loftkenndur.

b) Bætið sætri þéttri mjólk smám saman út í þar til hún er slétt.

c) Bætið restinni við hráefninu; blandið vel saman.

d) Hellið í ísfrystiílát og frystið samkvæmt leiðbeiningum framleiðanda.

95. Reyktur lax ostakaka

Gerir: 1 skammt

Hráefni:
- 12 aura Rjómaostur, mildaður
- ½ pund Reyktur lax eða Lox
- 3 egg
- ½ skallottur, saxaður
- 2 matskeiðar Þungur rjómi
- 1½ tsk sítrónusafi
- klípa Salt
- klípa Hvítur pipar
- 2 matskeiðar kornsykur
- ½ bolli hrein jógúrt
- ¼ bolli sýrður rjómi
- 1 matskeið sítrónusafi
- ¼ bolli saxaður graslaukur
- Rauð og gul paprika í teninga

LEIÐBEININGAR:
a) Þeytið ostinn í hrærivélarskál þar til hann er mjög mjúkur. Maukið laxinn í matvinnsluvél til að mauka; bætið eggjum út í einu í einu og skalottlaukanum.
b) Setjið laxablönduna í skál; blandaðu saman rjóma, sítrónusafa, salti, pipar og sykri; blanda vel saman. Blandið saman við þeyttan rjómaost.
c) Hellið í smurt 7- eða 8-tommu springform. Settu fyllta pönnu í stærri bökunarpönnu; umkringdu minni pönnu með 1 tommu af heitu vatni. Bakið í 25 til 30 mínútur.
d) Gerðu sósuna á meðan.

96. Kjúklinga-chili ostakaka

Gerir: 8 skammta

Hráefni:
- 1⅓ bolli Fínmulið tortilla flögur
- ¼ bolli smjör eða smjörlíki, brætt
- 3 (8 aura hver) Pakkar rjómaostur, mildaður
- 4 egg
- 1 tsk Chili duft
- 1 tsk Worcestershire sósa
- ¼ tsk Salt
- 3 matskeiðar Hakkaður grænn laukur
- 1½ bollar Fínt rifinn soðinn kjúklingur
- 2 (4 aura hver) dósir af söxuðum grænum chili, tæmd
- 1½ bolli rifinn Monterey Jack ostur
- 16 aura sýrður rjómi
- 1 tsk Kryddað salt
- Skreytið: saxaður grænn laukur
- Picante sósa

LEIÐBEININGAR:
a) Blandið saman tortilla flögum og smjöri. Ýttu á botninn og 1 tommu upp hliðarnar á 9 tommu springformi.
b) Setjið til hliðar Þeytið rjómaostinn með hrærivél á miklum hraða þar til hann er létt og ljós. Bætið eggjunum út í, einu í einu, þeytið vel eftir hverja viðbót. Hrærið chiliduftinu, Worcestershire sósunni, salti og hakkaðri grænlauk út í.
c) Hellið helmingnum af rjómaostablöndunni á tilbúna pönnuna. Stráið kjúklingnum, chiles og Monterey Jack ostinum yfir. Hellið afganginum af rjómaostablöndunni varlega ofan á.
d) Bakið við 350 F í 10 mínútur; Lækkið hitann í 300F og bakið í klukkutíma til viðbótar eða þar til það er stíft. Kælið alveg á grind.
e) Blandið saman sýrða rjómanum og krydduðu salti. Dreifið jafnt yfir ostakökuna. Lokið og kælið í að minnsta kosti 8 klukkustundir. Skreytið, ef vill, og berið fram með Picante sósu.

97. Krabbakjöt ostakökur með krabba

Gerir: 4 skammta

Hráefni:
- 2½ pund Eldaður krabbi; valinn yfir, skeljar fráteknar
- 4 bollar Vatn
- 1 bolli þurrt hvítvín
- 1 laukur; hakkað
- 2 gulrætur; hakkað
- 1 hvítlauksgeiri; hakkað
- 2 matskeiðar Tómatmauk
- 1 vönd skraut; 3 steinseljukvistar, 3 timjangreinar, 1 lárviðarlauf og 10 piparkorn
- ½ bolli þeyttur rjómi
- 6 aura af rjómaosti; við stofuhita
- 2 egg
- ½ skallottur; hakkað
- 1 matskeið saxaðir tómatar; sáð
- 1 lítill hvítlauksgeiri; hakkað
- 1½ tsk Ferskt dill; hakkað
- 1½ tsk ferskur sítrónusafi
- Cayenne pipar duft; að smakka
- ½ bolli Kælt ósaltað smjör; ég stend
- Kavíar; valfrjálst

LEIÐBEININGAR:
FYRIR SÓSUNA
a) Hitið ofninn í 350 gráður. Brjóttu krabbann og fjarlægðu kjötið úr skeljunum. Lokið og kælið kjötið þar til það er tilbúið til notkunar.
b) Setjið krabbaskeljarnar í steikarpönnu og steikið þar til þær eru ilmandi. Um 20 mínútur. Flyttu skeljarnar yfir í þungan, stóran pott.
c) Blandið vatni, víni, lauk, gulrótum, hvítlauk, tómatmauki og vöndum út í og látið suðuna koma upp. Lækkið hitann og látið

malla þar til vökvinn er minnkaður í ½ bolli, hrærið af og til í um 1½ klukkustund. Álag.

d) Bætið rjómanum við eldunarvökvann og látið malla þar til það er minnkað í ¾ bolli, hrærið af og til í um það bil 10 mínútur.

e) Lokið og kælið.

FYRIR ostakökurnar

f) Smjörið fjóra ⅔ bolla soufflérétti. Notaðu rafmagnshrærivél, þeytið rjómaostinn í meðalstórri skál þar til hann verður loftkenndur. Þeytið eggin út í. Blandið skalottlaukum, tómötum, hvítlauk, dilli og sítrónusafa út í. Hrærið krabbakjötinu saman við. Kryddið eftir smekk með salti, pipar og cayenne.

g) Skiptið blöndunni á milli réttanna. Bakið þar til miðjurnar eru stífnar, um 30 mínútur. Kælið aðeins.

AÐ KLÁRA

h) Renndu beittum hníf um hliðar bollanna til að losa ostakökurnar. Hvolfið 1 á hvern disk. Látið suðuna koma upp.

i) Bætið smjörinu smám saman út í og þeytið þar til það bráðnar. Kryddið eftir smekk með salti, pipar og cayenne. Hellið sósunni yfir ostakökurnar. Skreytið með kavíar ef vill.

98. Daiquiri ostakaka

Gerir: 12 skammta

Hráefni:

- 1½ pakki Graham kex, mulið
- 6 Smjör, brætt
- 24 aura Rjómaostur, mildaður
- 5 Jumbo egg, aðskilin
- ⅔ bolli sykur
- 2 umslög gelatín
- ½ bolli Létt romm
- ⅓ bolli sykur
- ⅔ bolli Ferskur lime safi
- 1½ tsk Nýrifinn limebörkur
- 1½ tsk Nýrifinn sítrónubörkur
- 1-pint þeyttur rjómi
- ½ bolli Púðursykur

LEIÐBEININGAR:

a) Blandið hráefninu saman við skorpuna og klappið í botninn á springforminu. Bakið við 350 ~ F í 10 mínútur. Mýkið gelatínið í litlum potti með ¾ bolli af vatni.

b) Hrærið eggjarauður út í sykur. Bætið við gelatínblönduna með limesafa, rommi og börkum og eldið yfir með. hita. hrært stöðugt þar til blandan þykknar og loftbólur. Flott.

c) Þeytið ost í stórri skál þar til hann verður ljós og loftkenndur. Bætið gelatínblöndunni hægt út í og blandið vel saman.

d) Þeytið eggjahvítur þar til mjúkir toppar myndast. Bætið flórsykri út í og haltu áfram að þeyta þar til stífir toppar myndast. Blandið saman við ostablönduna.

e) Þeytið rjóma og blandið saman við ostablönduna.

f) Hellið í skorpu og kælið í nokkrar klukkustundir eða yfir nótt.

99. Pina colada ostakaka

Gerir: 1 skammt

Hráefni:
- Kókosskorpa
- 2 umslög af óbragðbættu gelatíni
- Sykur
- 1 dós (6 aura) ananassafi
- 3 egg, aðskilin
- 3 pakkar (8 aura hver) af rjómaosti, mildaður
- ¼ bolli dökkt jamaíkanskt romm
- ¼ tsk kókoshnetuþykkni
- 1 dós (20 aura) mulinn ananas
- 1 matskeið maíssterkja

LEIÐBEININGAR:
a) Undirbúið kókosskorpu (sjá hér að neðan). Blandið gelatíni og ½ bolli af sykri í pott. Bæta við ananassafa. Standið í 1 mínútu. Hitið yfir lágt þar til gelatínið leysist upp (5 mínútur). Takið af hitanum.
b) Bætið eggjarauðum út í, einni í einu þeytið vel eftir hverja. Kælið aðeins. Þeytið rjómaost þar til hann verður loftkenndur.
c) Blandið gelatínblöndu saman við rommi og kókoshnetuþykkni.
d) Kældu fljótt með því að setja blönduna yfir skál af ísvatni; hrærið þar til það þykknar aðeins. Þeytið eggjahvítur þar til þær freyða.
e) Bætið ¼ bolla af sykri smám saman út í þar til stífir toppar myndast. Brjótið í gelatín. Breyttu í tilbúna skorpu. Geymið í kæli yfir nótt.
f) Blandið ótæmdum ananas saman við 2 matskeiðar af sykri og maíssterkju í potti. Eldið, hrærið þar til sýður og þykknar. Flott. Skeið yfir ostaköku. Fyrir 8 til 10.
g) Kókosskorpu Blandið 1½ bollum vanilluskúffu mola saman við 1 bolla kókosflögur. Hrærið ⅓ bolla bræddu smjöri út í. Ýttu í botn og hliðar 8 eða 9 tommu springformsins. Kælið þar til það er tilbúið til notkunar.

100. Kahlua og rjómaostakaka

Gerir: 1 skammt

Hráefni:
- 2 bollar hart súkkulaði smákökumola, mulið
- ½ bolli smjör
- 3 matskeiðar Sykur
- 3 (8 aura) pakkar af rjómaosti, mildaður
- 2 bollar sykur
- 3 egg
- ½ bolli Kahlua
- 1 tsk Vanilla
- 1 bolli sýrður rjómi

GLJÁR
- 1 bolli sælgætissykur
- ¾ bolli sýrður rjómi
- 3 matskeiðar Kahlua
- Þeyttur rjómi til skrauts

LEIÐBEININGAR:
SKORPU
a) Blandið skorpublöndunni saman og þrýstið í springform.
b) Eldið í 5 mínútur við 350 gráður. Látið kólna.

FYLLING:
c) Blandið einu skrefi í einu með rafmagnshrærivél. Hellið í bökubotn. Bakið í 55 til 60 mínútur við 350 gráður. Látið standa í ofninum í 1 klukkustund með ofnhurðina opna.
d) Fjarlægðu og kældu þar til það kólnar. Útbúið gljáa. Gakktu úr skugga um að hægt sé að hella þéttleika auðveldlega.
e) Dreifið ofan á og kælið í 6 klst. Berið fram með þeyttum rjóma.

NIÐURSTAÐA

Við vonum að þú hafir notið þess að skoða heiminn af óbakaðar ostakökur með okkur. Frá klassískum bragðtegundum til einstakra samsetninga, við höfum útvegað þér 100 ljúffengar og auðvelt að gera uppskriftir til að fullnægja sætu tönninni þinni.

Mundu að óbakaðar ostakökur eru fjölhæfur eftirréttur sem hægt er að njóta hvenær sem er á árinu. Hvort sem þú ert að fagna sérstöku tilefni eða vilt einfaldlega dekra við sjálfan þig, þá munu þessar ostakökuuppskriftir örugglega vekja hrifningu.

Við hvetjum þig til að gera tilraunir með mismunandi bragðsamsetningar og skreytingartækni til að gera þessar ostakökur að þínum eigin. Og síðast en ekki síst, skemmtu þér í eldhúsinu!

Takk fyrir að vera með okkur í þessari ljúfu ferð. Við vonum að Ótrúleg óbakað ostakökumaðrabók matreiðslubókin hafi veitt þér innblástur til að búa til nýjar og varanlegar minningar með fjölskyldu og vinum yfir sneið af dýrindis ostaköku.

Ingram Content Group UK Ltd.
Milton Keynes UK
UKHW050157260623
423802UK00012B/118